स्पर्श

डॉ. विनीता परांजपे

D9900281

मेहता पब्लिशिंग हाऊस

SPARSH by Dr. Vinita Paranjape

स्पर्श : डॉ. विनीता परांजपे / ललित लेख

© डॉ. विनीता परांजपे
लक्ष्मी चेंबर, गोळे कॉलनी, नाशिक - २

प्रकाशक : सुनील अनिल मेहता, मेहता पब्लिशिंग हाऊस,
१९४१, सदाशिव पेठ, माडीवाले कॉलनी, पुणे - ४११ ०३०

अक्षरजुळणी : स्पिरिट इन्फोटेक, पुणे

मुखपृष्ठ : फाल्गुन ग्राफिक्स

प्रकाशनकाल : फेब्रुवारी, २०११ / पुनर्मुद्रण : जून, २०१७

P Book ISBN 9788184982138

E Books available on : play.google.com/store/books
m.dailyhunt.in/Ebooks/marathi
www.amazon.in

प्रस्तावना

सौ. विनीता परांजपे हे नाशिकच्या वृत्तपत्रसृष्टीला परिचित नाव आहे. अनेक विषयांवरचे त्यांचे लेखन वेगवेगळ्या आवडीच्या वाचकांच्याही पसंतीस उतरते. त्यांच्या चतुरस्त्र जिज्ञासेचे प्रतिबिंब त्यांच्या लेखनात पडलेले आहे. दै. 'देशदूत'मध्ये शब्दगंध या रविवार पुरवणीत त्यांनी सातत्याने लेखन केले.

वृत्तपत्रीय लिखाणाचे साहित्यिक दृष्टीने मोजमाप करता येणार नाही, असा लौकिकपात्र साहित्यिकांचा आग्रह असतो. अशा कोणत्याही आग्रहाच्या वा अट्टाहासाच्या चौकटीत वृत्तपत्रांतील लिखाणाला बंदिस्त करण्याची कारणे सामान्य वाचकांच्या दृष्टीने फारशी महत्त्वाची नाहीत. किंबहुना रसिक वाचक अशा कोणत्याही चिकित्सक मोजपट्ट्या लावून साहित्याचे मूल्यमापन करू इच्छित नसावा. वाचक म्हटला की, त्याला स्वत:ची आवडनिवड असते. चोखंदळपणा असतो. भाषेचे प्रेम असते. जे वाचले त्याला आपल्या अनुभवाच्या निकषावर तपासून त्या वाचनातील आनंद मिळवण्याच्या साध्या हेतूने त्याचे वाचन होत असावे, असा माझा समज आहे. कारण मी स्वत: तो एकच उद्देश नजरेसमोर ठेवून माझा वाचनाचा छंद जोपासला आहे.

आजच्या माझ्या लिखाणाला सूज्ञ वाचकांनी कुठल्याही झापडबंद दृष्टिकोनातून तपासू नये, अशीच माझी अपेक्षा आहे. विनीताताईंनी देशदूतमधून वाचकांपुढे सादर केलेले त्यांचे काही लेख एकत्रित करून पुस्तकरूपाने पुनर्प्रकाशित करण्याचे ठरवले. देशदूतचा संस्थापक म्हणून त्यांना या पुस्तकात माझेही चार शब्द समाविष्ट करावेसे वाटले. या लेखसंग्रहाला प्रस्तावना देण्याचा मला त्यांनी आग्रह केला. मी बऱ्यापैकी वाचक आहे, पण कुणी लेखक नाही. साहित्यप्रेमी आहे, पण साहित्यिक नाही. तथापि वृत्तपत्राशी संबंध असणारी बरीच मंडळी साहित्यिक बनली आहेत. चार दशके 'देशदूत' वृत्तपत्र वाचकप्रियता टिकवून आहे. म्हणून मलाही साहित्यिक मानण्याचा अविचार माझ्याबद्दलच्या आपुलकीपोटी त्यांना करावासा वाटला असावा. त्यांच्या आग्रहामुळे नाइलाज म्हणून मीदेखील आजवर न केलेला 'प्रस्तावना' लिखाणाचा उद्योग करण्यास धजावलो आहे.

वृत्तपत्रात प्रसिद्ध होणारे लिखाण तात्कालिक मानले जाते. बातम्या हे वृत्तपत्राचे

प्रमुख अंग आहे, याबद्दल दुमत होण्याचे कारण नाही. तथापि शिक्षण-विकासासोबत समाजाकडून वृत्तपत्रांत प्रसिद्ध होणाऱ्या मजकुराबद्दलच्या अपेक्षा वाढू लागल्या तसतसा वृत्तपत्रांचा आकृतिबंधसुद्धा गेल्या तीन-चार दशकांमध्ये कितीतरी बदलला आहे.

आजच्या बहुतेक दैनिक वृत्तपत्रांच्या रविवार पुरवण्यांमध्ये प्रसिद्ध होणारा मजकूर उत्तम साहित्यात मोडणारा आहे, हे मान्य व्हायला हरकत नाही. कधी काळी वृत्तपत्रांना फक्त वार्ताहर किंवा बातमीदारांची गरज पडत असे. त्यातून अधिक अनुभव मिळवणाऱ्याला उपसंपादक बनवले जाई. मराठीतील आजचे अनेक नामवंत साहित्यिक त्यांच्या प्रारंभिक काळात वृत्तपत्रांच्या कार्यालयात उमेदवार होते. अशा काहींच्या लेखणीची मोहिनी वाचकांना प्रभावित करू लागली. मग रविवार पुरवणीच्या निमित्ताने किंवा क्वचित काही दैनिकांच्या दररोजच्या अंकातसुद्धा वाचकांच्या पसंतीस उतरणाऱ्या त्यांच्या लिखाणासाठी खास रकाने दिले जाऊ लागले. आता तर केवळ रविवारच्या पुरवण्याच नव्हे, तर आठवड्याच्या अन्य दिवशीसुद्धा काही पुरवण्या प्रसिद्ध होत असतात. त्या पुरवण्यांतील बहुतेक साहित्य हे नित्याच्या बातम्या किंवा राजकारणाशी बिलकूल संबंध नसलेले साहित्य असते. त्या साहित्याचा दर्जादेखील रसिक वाचकांना भुरळ घालण्याइतका चांगला असतो. विनीतातार्इंचे देशदूतमधील सदरातून प्रकाशित झालेले बहुतेक ललित लेख चोखंदळ रसिकांच्या पसंतीला उतरण्याइतके उत्तम आहेत. सहज स्फुरणारे विचार अनुरूप शब्दांत, शैलीत व्यक्त करता येणे सर्वांनाच साधते असे नाही. विनीतातार्इंना ते उत्तम रीतीने साधते. या संग्रहात समाविष्ट असलेल्या लेखांची फक्त शीर्षके चाळली, तरी त्यांनी हाताळलेल्या विषयांची विविधता लक्षात येईल. संग्रहात एकूण पंधरा लेख समाविष्ट आहेत. वानगीदाखल 'स्पर्श', 'गोड बोला', 'भेदाभेद', 'कसे आवरावे मना', 'भूक', 'संवाद', 'नातं', 'आमच्या वेळी', 'धर्म', 'चोरकप्पा', 'रंगरंगी' हे मथळे वाचकाला त्या विविधतेची कल्पना देऊ शकतील.

कधी काळी 'लघुनिबंध' हा लेखनप्रकार लोकप्रिय होता आणि रसिकमान्यही! अलीकडे मात्र लघुनिबंध हे नाव फारसे ऐकिवात नाही. त्या प्रकारच्या लिखाणाला सध्या कोणत्या नावाने ओळखले जाते, याची मला कल्पना नाही. अर्थात या वर्गवारीने किंवा लेखनप्रकाराचे नाव बदलल्याने लिखाणाची वाचनीयता वाढते किंवा कमी होते, असे मला वाटत नाही. या संग्रहातील विनीतातार्इंचे लेख रसिक वाचकांना काही चांगले वाचल्याचा आनंद खचितच देतील, असा मला विश्वास आहे.

– देवकिसनजी सारडा

अनुक्रमणिका

स्पर्श

स्पर्श! एक संवेदना, एक जाणीव! एक अनुभूती! अनुभूती संवादाची! कुणाच्यातरी सहवासात अनुभवण्याची! प्रत्येक सजीवाला मिळालेली एक सुप्त शक्ती. 'पंचज्ञानेंद्रियापैकी एक.' परस्परांना आपल्या भावना, सहसंवेदना जाणवून देणारी, जाणून घेणारी एक उत्कट अभिव्यक्ती! अस्तित्वाच्या आविष्काराची!

कधी जाणीवपूर्वक, तर कधी अजाणता घडणारी क्रिया! कधी आसुसून हवीहवीशी, तर कधी कल्पनेतही नकोशी! कधी मनात असंख्य वादळं उठवणारी, तर कधी मनातला भावकल्लोळ शांतवणारी!

शब्दांच्या पलीकडचा, शब्दात सांगता न येणारा अगदी 'ये हृदयीचे ते हृदयी घातले' याचा अनुभव देणारा स्पर्श! हो. पण तो कधी, कुठे, केव्हा, कसा होतो यावर तर सारे अवलंबून! त्यातूनच भावभावनांच्या रंगगंधाची रंगपंचमी रंगते!

खूप महत्त्वाच्या कामासाठी किंवा परीक्षेसाठी घराबाहेर पडताना मनात भीती, यशापयशाच्या, विचारांच्या वादळात भोवंडत असताना आई-बाबा, आजी-आजोबांपुढे नमस्कारासाठी वाकल्यावर पाठीवर विसावलेल्या त्या सुरकुतलेल्या हातांचा तो आश्वासक स्पर्श हजार हत्तींचं बळ देऊन जातो!

हरिततृणांच्या मखमाली गालिच्यांचा पायाला गुदगुल्या करणारा स्पर्श! चिमुकल्याच्या गाला-ओठांचा स्पर्श सृजनाचे कौतुक सांगून जातो, तर ज्ञानेश्वरीतील 'जैसे शारदियेचे चंद्रकळे! माजी अमृतकण कोवळे! ते वेचिती मन मवाळे! चकोर नलगे!' यातील 'कोवळे'पण

शब्दस्पर्शाने मन हळवे करते. तर कधी चैत्र-वैशाखातल्या संध्याकाळी मोगऱ्याच्या गंधात न्हालेली, अलवार लहरींवर स्वार एखादी वाऱ्याची झुळुक मनाला अलगद स्पर्शून जाते. वाऱ्याचा तो स्पर्श तनमन मोहरवणारा, उत्साहाचे पसाय पदरात टाकून जातो.

मनात रुंजी घालते ती स्पर्शकिमया अशी व्यक्त होते–

केव्हा कसा येतो वारा, जातो अंगाला वेढून ।
अंग अंग न उरते, जाते अत्तर होऊन ।।

कवीच्या या काव्यपंक्ती मनाला अलवारपणे स्पर्शून जातात. पण सारेच स्पर्श असे अलवार थोडेच असतात?

रात्रीच्या अंधारात थंडगार वस्तूचा होणारा स्पर्श! संवेदना गोठवणारा, अंगभर भीतीचा काटा फुलवणारा, ऐकीव सर्पस्पर्शाची जाणीव मनात जागवणारा स्पर्श!

गर्दीच्या ठिकाणी गाडीत, जत्रेत संधी साधून मुद्दाम केलेला, वासनेने बरबटलेला, किळसवाणा स्पर्श!

ज्याच्या जाणिवेने अंग अंग फुलून यावे, अनंगाचा उत्सव साजरा व्हावा, मीलनातून सृजनाची नवपालवी फुटावी असा स्पर्श!

पण अल्पवयीन बालिकेवर बलात्कार करणारे नरपशू आपल्या वासनेने धगधगणाऱ्या स्पर्शांनी त्या चिमणीच्या भावविश्वाची राखरांगोळी करतात!

स्पर्शाचं सामर्थ्यच विलक्षण! मुक्या प्राण्यांनाही ते जाणवतं! आणि प्रसंगी तेही हे जाणवून देतात. घरातील एखाद्या व्यक्तीला घरी परतायला उशीर झाला की, घरातल्या इतर सदस्यांप्रमाणेच घरातला खंड्या-जॅकी अस्वस्थ होतात आणि त्या व्यक्तीने घरात पाऊल टाकताच अंगावर झेप घेऊन, पंजे मारून, जिभेने चाटून-चाटून, 'हे काय? किती हा उशीर? किती काळजीत होतो आम्ही! तुला पाह्यलं अन् जीव भांड्यात पडला,' असं खूप काही सांगून जातात.

स्पर्श होताच लाजाळूची पाने मिटून जातात.

घरात घडलेली एखादी दुर्घटना! बातमी वाऱ्यासारखी पसरते. शेजारीपाजारी, नातेवाईक गोळा होतात. चौकशांना खळ नसतो. घडलेल्या

आठवणीतील घटनांना हिरिरीने उजाळा दिला जातो. ''काही लागलं तर सांगा. आम्ही आहोतच!'' असा औपचारिक आपलेपणाही दाखवला जातो.

एखादी जीवाची सखी येते, मूकपणे हात हाती घेते. एकमेकींच्या हातांचा कंप फक्त एकमेकींना जाणवतो, न सांगताही जाणवते की, आपल्या दु:खाची कंपने तिथेही उठलीत. हातावरची घट्ट होणारी पकड न बोलताही सांगून जाते, 'काही लागलं तर सांगावं अशी फक्त हीच आहे.' तिच्या त्या नुसत्या स्पर्शाने नात्याची वीण घट्ट-घट्ट होते.

'शब्दाविण संवादिजे' असे शब्दातीत सामर्थ्य असलेली स्पर्श-संवेदना!

'शब्दाविण' संवादाचे सामर्थ्य तर स्पर्शात आहेच, पण काळाच्या पडद्याआड गेलेले भावविश्वही एखादा स्पर्श 'खुल जा सिम सिम' च्या ताकदीने कधीकधी आपल्यासमोर उलगडतो.

मुलाच्या अभ्यास नामक पसाऱ्याची आवराआवर करत होते. कुठल्यातरी वहीतून एक मोरपीस खाली पडलं. मी अलगद ते उचललं. निळ्याजांभळ्या पिसाचा तो डोळा, भोवतीच्या काड्यांचा पिसारा; वहीच्या दोन पानांमध्ये ते ठेवलं. वही मिटून, दाबून हळूच बाहेर काढलं; शेवटच्या टोकाला धरलं. काड्यांच्या पिसाऱ्यातून थोडं बाहेर डोकावणाऱ्या मुलायम काडीला तर्जनी दुमडून स्पर्श केला. डोळे आपोआप मिटले गेले, अगदी प्रतिक्षिप्त क्रियेसारखे!

आज इतक्या वर्षांनंतरही! तो स्पर्श आठवणींचं बोट धरून घेऊन गेला मला माझ्या शाळेत! आठवल्या काही बालमैत्रिणी! एकमेकींशी मनापासून भांडणाऱ्या आणि चिमणीच्या दातांनी एकच पेरू, आवळा, चिंचा खाणाऱ्या! त्या वेळी या पिसाकडे बालस्पर्शातून काय-काय मागितलं! कधी पेपर चांगला जाऊ दे, तर कधी मैत्रिणीपेक्षा मलाच जास्त मार्क्स मिळू दे! आणखी काय अन् काय! हो, पण एकदा मात्र आमच्या ग्रुपनं हा 'मागणे' कार्यक्रम सामूहिकरीत्या केल्याचं आठवतं!

आमची मैत्रीण टायफॉईडने खूप आजारी होती, तेव्हा ती लवकर बरी होऊ दे म्हणून पिसाला साकडं घातलं होतं. आमची ती भावना त्या

पिसालाही स्पर्शून गेली असावी. आमची मैत्रीण खरंच लवकर बरी झाली.

वेगळाच विश्वास देणारा तो मोरपिसाचा स्पर्श! बालपण सरलं. त्या वयातलं ते भाबडेपणही संपलं. तरी मनाच्या तळात वर्षानुवर्षं अशी दडून बसलेली ही स्पर्शजाणीव!

चैतन्याची सळसळ असेपर्यंत असोशीने हवाहवासा वाटणारा, ओढ लावणारा, प्रणय, वात्सल्य, भीती, आनंद, बीभत्सता, धैर्य अशा भावना, संवेदना जागवणारा स्पर्श!

पण देह अचेतन होताच ओलावा आटतो, ऊब थंडावू लागते. मग...मग आपल्याच जीवाभावाच्या माणसाचा तो थंडगार स्पर्श! नकोसा वाटतो.

संवेदनेचा संवाद! कधी हवाहवासा वाटणारा, तर कधी कल्पनेतही न साहवणारा, तर कधी विस्मृतीत गेलेला, भावविश्व जागवणारा!

कधी नवं नातं जोडणारी तर कधी जुन्या नात्याची वीण घट्ट करणारी ही स्पर्शाची किमया!

◆

गोड गोड बोलाऽऽऽ

काही शब्दच असे असतात की त्यांच्या उच्चाराबरोबर त्यातला भावगर्भ अर्थ मनाला अलवारपणे स्पर्शून जातो. असाच एक शब्द 'स्नेह'! स्नेह शब्द कानावर पडताच त्यातली भावगर्भ स्निग्धता, आपुलकीचा ओलावा मनाला अलगदपणे जागवून जातो. मैत्री, घरोबा, जिव्हाळा अनेक भावनांच्या पदरांची सुंदर गुंफण!

आपल्या स्नेह्याची ओळख कुणाला करून देताना आपण सहज सांगून जातो, 'हे आमचे स्नेही, खूप जुनी ओळख आहे....' हे किंवा असंच! त्या 'स्नेह' या चिमुकल्या शब्दातून मैत्रीतला मोकळेपणा, रक्ताच्या नात्यातली ओढ, सहवासाचा ऋणानुबंध सारं-सारं काही ध्वनित होतं.

नात्याच्या लेबलात अनेक रीतिरिवाज पाळण्याची अलिखित सक्ती आहे, तर मैत्रीच्या नात्यात 'दोस्ती के खातिर' काहीही किंवा काहीतरी करण्याचं बंधन! पण स्नेहाचे बंध केवळ मनाचे! स्नेह्यासाठी एखादी गोष्ट मनापासून, करावीशी वाटली तर केली जाते; सहजतेने! न केली तरी परस्पर स्नेहात तिळमात्रही उणेपणा येत नाही.

काही माणसं आपल्याला आवडतात, तर काही नाही; कधी सकारण तर कधी अकारण! मनाचा कोपरा व्यापून राहतात ते आपले स्नेही! ज्यांच्या जीवनाचा पसा अशा स्नेह्यासोबत्यांच्या मांदियाळीनं गजबजून जातो, त्यांची अवस्था 'काय उणे मज या संसारी' अशी होते.

हो, पण अशी अवस्था मागून मिळत नाही. स्नेहातली स्निग्धता अनुभवायची, तर माणसं जोडण्याची कलाही अवगत करायला हवी. दोन गोड शब्द बोलले, तर रानपाखरूही जवळ येतं. कुत्रा, घोडा,

गायीसारखे मुके जीवही शेपटी हलवून, जिभेनं चाटून तर कधी डोळ्यांतून स्नेहाचं नातं बोलून जातात. कटू बोलण्यानं जवळच्या माणसांमध्येही दुरावा येतो; अबोला सुरू होतो.

स्नेहानं स्नेह वाढतो आणि स्नेह्यांचा गोतावळाही! त्यासाठी करायला हवी, मला जे हवसं वाटतं ते इतरांना देऊ करण्याची कृती! आणि 'अधिक ते सरते, न्यून ते पुरते' करण्याची वृत्ती! कबड्डीचं कप्तानपद मिळाल्याचं आनंदानं सांगत आलेल्या सुदेशला, 'ग्राऊंडवर धिंगाणा घालण्यापेक्षा अभ्यासात दिवे लावा' म्हणणाऱ्या प्रत्यक्ष वडलांविषयी स्नेहाची भावना असण्याऐवजी दुराव्याची दरी निर्माण झाली तर दोष कुणाचा? पदोन्नतीचा पेढा हातावर ठेवणाऱ्या शामरावांचं अभिनंदन करताना 'तशी देसाई साहेबांची पहिल्यापासून तुमच्यावर कृपादृष्टी होतीच म्हणा! जाताजाता प्रसादाची खुर्चीही देऊन गेले की!' असे उद्‌गार. वरवर हलक्याफुलक्या कोपरखळीच्या तळाशी असलेली मत्सराची भावना समोरच्याला जाणवल्याशिवाय राहील का? समोरच्या श्यामलला गाडी-बंगल्याचं स्थळ मिळाल्याचं कळताच "येताना माणसानं नशीब बरोबर घेऊन यावं बघा! ते असलं ना की बुद्धी, सौंदर्य कसलीही उणीव आड येत नाही. खरं की नाही?" अशी सरोज ताईंची कुजबुजही स्नेहाची मुळं करपवायला पुरेशी ठरते.

तेच दुसऱ्याच्या आनंदात मनापासून सहभागी झालो तर! छोटीछोटी कारणं, निमित्तं असतात. वाढदिवस, पदोन्नती, पुरस्कार, निवृत्ती! त्या त्या व्यक्तीच्या दृष्टीनं महत्त्वाचे असे आयुष्यातले क्षण! ती व्यक्ती तर ते लक्षात ठेवतेच, पण जेव्हा दुसरं कुणीतरी ते लक्षात ठेवतं, आठवणीनं अभिनंदन करतं, तेव्हा त्याचं अप्रूप काही वेगळंच असतं. अशा वेळी आलेला फोन, भेटकार्ड किंवा छोटीशी भेट लाखमोलाची वाटते, लाखमोलाचा स्नेह जडतो, असलेला लोभ दृढ होतो. स्नेह दिला की स्नेही मिळतो, स्नेहाचा मळा फुलतो, फुलत राहतो.

केवळ दर वर्षी संक्रांतीच्या निमित्तानं तिळगुळ हातावर ठेवताना तोंडानं, 'तिळगूळ घ्याऽऽ गोड बोलाऽऽऽ' असं उपचारापुरतं एकमेकांना म्हणताना त्यात मनातला स्नेहभाव तीळभरही नसेल तर परस्पर नात्याला गुळाची गोडी येईल का?

◆

अमूल्य

"काय गं रमा, किती जुनं झालंय तुझं हे घड्याळ! मला वाटतं कॉलेजमध्ये होतो आपण तेव्हापासून...."

कलानं छेडताच नकळत रमाचा हात मनगटावरच्या चौकोनी रिस्टवॉचवरून हळुवारपणे फिरला. कपडे, पर्स, सिनेमा तसा कसलाच छंद नव्हता रमाला आणि असता तरी परवडणारा नव्हता, पण शोकेसमधल्या या रिस्टवॉचनं तिला भुरळ घातली होती. एकदा ती अशीच दुकानाबाहेर उभं राहून ते घड्याळ बघत कितीतरी वेळ उभी होती.

'मकूनं ते पाहिलं आणि आपलं मनोगत न सांगताच हेरलं. दूध आणि पेपरची लाइन दोन-दोन तासांनी वाढवली. त्यासाठी लवकर उठणं, आईचं रागावणं आणि त्या भाऊबीजेला ओवाळणीच्या तबकात मिळालेली ही भाऊबीज! तेवीस वर्षं उलटली, पण ही अमूल्य भेट! त्यासाठी मकूनं किती कष्ट केले? मला तर ते घड्याळ बघून आनंदानं काही सुचेना! पण मकू, माझा आनंद बघूनच तो आनंदला! कष्ट विसरला आणि माझ्यासाठी तर हे घड्याळ अमोल ठेवा बनलं, आमच्यातल्या भावबंधाचा. खरंच, काही मिळवायचं म्हटलं की, त्याचं असं मोल द्यावंच लागतं'

आवडती वस्तू हवी म्हटलं तर त्याचं मोल पैशात मोजावं लागतं. यश मिळवायचं तर त्यासाठी कष्टाचं मोल तर द्यावं लागतंच!

इतर मुलं कॉलेजचे तास बंक करून सिनेमा, चॅटिंग, पिकनिक, पार्ट्या, कॉलेज लाइफ एन्जॉय करत असताना स्वत:ला ग्रंथालयात, अभ्यासिकेत बंद करून घेण्याला पर्याय नसतो. क्षणिक मजेचे मोह दूर

सारण्याचं, मन मारण्याचं मोल दिल्याशिवाय यशाचं शिखर गाठणं अशक्यच असतं.

प्रतिभाच्या आणि माझ्या मैत्रीचा सुवर्णमहोत्सव झाला. शाळेतल्या मैत्रिणी आम्ही! 'शाळा सुटली, पाटी फुटली.' म्हणत शालान्त परीक्षेनंतर काहींची तर जन्मात गाठ झाली नाही. इन्यामिन्या कॉलेजपर्यंत टिकलो. त्यानंतर प्रत्येकीचा मार्ग वेगळा! पण हिची आणि माझी मैत्री साठीच्या घरातही अतूट आहे. खरंच हा जो अमोल ठेवा आम्हाला लाभला, त्याचं रहस्य काय?

विचार करता लक्षात येतं, टाळी एका हातानं कधीच वाजत नाही. रुसवे-फुगवे, तू-तू, मैं-मैं हे तर दोन व्यक्ती एकत्र आल्यावर अटळच! तरीही आमची मैत्री आजही तेवढीच एकमेकींना ओढ लावणारी आहे. क्वचित हा स्नेहबंध तुटूतुटूसा झाला तेव्हा कुणीतरी तडजोडीची किंमत मोजली, सामंजस्याची फुंकर घातली. स्वत:कडे कमीपणा घेण्याचं मोल दिलं म्हणून तर आमची मैत्री श्रीमंत झाली.

काहीतरी मिळवण्यासाठी काहीतरी द्यावंच लागतं! पैशाच्याच नाही, पण प्रेमाच्या रूपात, कमीपणा दाखवून. कधी अपार भक्तिभावाचं मोल तुळशीपत्रानं श्रीहरीला तोलण्याच्या सामर्थ्याचं मर्म सांगून जातं. 'जन्मभरीच्या श्वासाइतके मोजियले हरिनाम, बाई मी विकत घेतला श्याम' म्हणणारी राधा!

हो, पण भक्तांचं असं प्रेम, सर्वस्व, समर्पणभाव देवालाही सहज लाभत नाही. त्या भावनांचा आब ठेवण्यासाठी त्यालाही मग जनीसाठी दळण दळावं लागतं, नाथाघरी पाणी भरावं लागतं, दामाजीसाठी महार व्हावं लागतं. भावभक्तीच्या या देण्याचं मोल चुकवण्यापासून प्रत्यक्ष परमेश्वराचीही सुटका नाही.

खरंतर ते रास्तच आहे. कारण कोणतीही गोष्ट सहज, विनासायास आणि फुकट मिळाली की, तिची किंमतच कळत नाही, वाटत नाही.

व.पु. काळे यांनी एका ठिकाणी म्हटलंय, 'सगळ्या कटात कोणता कट वाईट असेल तर तो 'फु-कट'!'

म्हणूनच आईवडील असतात त्या मुलांना त्यांची किंमत नसते. आईच्या मायेची आस वाटते अनाथ बालकांना! गरिबीचे चटके सोसलेल्यांनाच श्रीमंतीची अपूवाई कळते. रित्यापोटी शिळ्यापाक्यालाही

अमृताची चव लागते. दुःखाचं मोल सुखाच्या झुळकीला आवतण देतं.

असं आहे म्हणून तर आयुष्य जगण्यात गंमत आहे. काहीतरी दिल्यावर काहीतरी मिळवण्याचा हक्कच आहे.

आयुष्यात प्रत्येक गोष्ट मिळवण्यासाठी मोजावं लागतं कष्टाचं, आसूचं मोल म्हणून आणि म्हणूनच आयुष्य असतं अनमोल!

◆

भेदाभेद भ्रम अमंगळ

"संज्योत, तुला किती वेळा सांगितलंय, त्या रेणुकाला घरी आणू नकोस, पप्पांना मुळीच आवडत नाही, माहीत आहे ना तुला?"

"अगं पण मॉम, माझ्याच डिफिकल्टीज सोडवण्यासाठी आली होती ती."

"हे बघ, तो जो काय अभ्यास असेल तो कॉलेजमध्ये चालू दे, पण घरी नाही, तुझे पप्पा सोशल स्टेटसच्या बाबतीत किती पर्टिक्युलर आहेत माहिती आहे ना? नो ऑर्ग्युमेंट्स!"

संज्योतच्या घरातील वाद बऱ्याच हाय-फाय, सो कॉल्ड उच्चभ्रू घरात घडतो. एकाच समाजात धनाच्या तोलकाट्यावर तोलला जाणारा हा भेद! निखळ मैत्रीला छेद देऊन जातो.

"हे बघ अभिजीत, आजवर खूप लाड केले तुझे! शब्दानंही तुला कधी दुखावलं नाही, पण आज मात्र निक्षून सांगते, ती मांसाहार करणारी, परजातीची मुलगी सून म्हणून या घरात चालणार नाही. तुझं प्रेम आहे तर खुशाल लग्न कर, पण या घराचे दरवाजे तुला बंद होतील कायमचे!"

जातीभेदाच्या शतकानुशतकं पक्क्या बांधलेल्या भिंतीत अनेकदा अशी रक्ताची नाती चिणली जातात! हिटलरच्या वंशभेदाच्या प्रखर अस्मितेनं कॉन्स्ट्रेशन कॅम्पमध्ये आणि नंतरच्या युद्धात कोट्यवधी ज्यू वंशियांसह अनेक निरपराधांचे बळी घेतले गेले.

दैवाधीन असलेला जन्म आणि रंग, वंशाच्या काळ्या शिक्क्याची शिक्षा हजारो, लाखो निग्रोंना, गोऱ्या कातडीच्या रंगभेदानं भोगायला लावली.

धर्म! एक उच्च, उदात्त तत्त्वांचं भांडार! मग त्याचं नाव हिंदू असो, इस्लाम वा ख्रिश्चन असो! मानवतेचा गौरव करणारं, सर्वभूती एकच चित्तशक्ती असल्याचं मान्य करणारं आणि प्रेमाचा संदेश देणारं, तत्त्वज्ञान सांगणारं! आणि तरीही त्याच धर्माच्या नावाखाली धर्मभेदानं संहारक रूपात रक्ताचे पाट वाहावेत?

भेदाभेद भ्रमाचं अमंगळ, ओंगळ दर्शन जगाच्या इतिहासाची पानं चाळताना, वर्तमानात ते वास्तव अनुभवताना मन अंतर्मुख करतं. बुद्धी बधीर होते.

'आईला सर्व मुलं सारखीच.' असं तोंडानं म्हणणाऱ्या आईचाही एक लाडका, तर एक दोडका असलेला दिसतो. कारणं काहीही असोत. एकाच कुशीत जन्म घेतलेल्या, आपल्याच रक्तामांसाच्या पिल्लात भेद करताना त्या मातेची कूसही अपवाद ठरताना दिसत नाही. सख्खे भाऊ-भाऊ, भाऊ-बहीण यांच्यात कधी सौंदर्य, कधी बुद्धी, तर कधी कर्तबगारीचा पडदा भेदात अंतरच निर्माण करताना दिसतो.

खरंतर भेद ही निसर्गाचीच चमत्कृती! निसर्गातली कोणतीही गोष्ट घ्या. रंग, रूप, रस, गंध, स्पर्शाच्या भिन्नत्वातूनच आपली ओळख सांगत असते. जाई, जुई, मोगरा, निशिगंध, देवचाफा असो की अनंताची फुलं! पांढऱ्या रंगातही रूपगंधाचे भिन्न भिन्न अधिकार! पण सारेच दुसऱ्यांना आनंद देणारे, सुखावणारे!

कोवळ्या उन्हाचा, शीतल वाऱ्याचा आल्हाददायी, तर कठीण खडकाचा, वृद्ध हातांचा आश्वासक स्पर्श! शुभ्रधवल प्रकाशकिरणात दडलेल्या सात भिन्न रंगांचं इंद्रधनुष्य! चिंच-कैरीची आंबट चव, मधाचा गोडवा आणि मिरचीचा चरका! ही सारी उपजत भिन्नता तर निसर्गाची किमया!

त्या जगन्नियंत्यानं तर जीवसृष्टीच्या निर्मितीत भिन्नभिन्न रूपगुण-भेदाची परमावधी केलीये. लक्षावधी-कोट्यवधी माणसांत एकही दुसऱ्यासारखा नाही. प्रत्येकाच्या हाताच्या रेषा भिन्न अन् दैवही भिन्न! कोकिळेचा सुंदर कंठ, मोराचा सुंदर पिसारा, वाघसिंहांचं दिमाखदार सौंदर्य हे विश्वकर्म्याचं केवढं औदार्य!

साऱ्या विविधतेतही नैसर्गिक एकतानता! प्रत्येक जण दुसऱ्याला पूरक व्हावा, निसर्गाचा तोल समतोल राहावा, एकतेतल्या एकसुरीपणाला

या वैविध्याच्या मनोहारी झालरी! साऱ्याच सारख्या तोलामोलाच्या!

पण माणसानं मात्र या भेदाच्या दानाचं मोल मातीमोल केलं. भेदाच्या भिन्नतेच्या निकषाला आपापल्या परीनं श्रेष्ठतेचा मुलामा चढवून दुसऱ्याला हीन लेखण्याचं हत्यार बनवलं. समानतेचं तत्त्व विसरून श्रेष्ठ-कनिष्ठतेच्या काट्यावर तोलण्याचा जसा वसाच घेतला.

स्त्री आणि पुरुष हे खरंतर प्रकृती आणि पुरुषाची प्रतीकं, सृजनातले सहयोगी, एकाशिवाय दुसरा अपूर्ण! पण लिंगभेदानं पुरुषाकडे श्रेष्ठत्व आलं आणि स्त्रीगर्भाचा मातेच्या उदरातच अंत होऊ लागला.

जातीभेदानं दोन जातीत दुराव्याच्या भिंती उभारल्या गेल्या. माणसाच्या अंगात हे भेदाचं विष इतकं भिनलं की, त्याची बाधा इतरांनाच काय, पण त्याला स्वतःलाही झाली. दोन हातांचेही त्याने डावे-उजवे केले.

जात, धर्म, भाषा, लिंग सारे भेदाभेद; पार विदुर, संत सेना, कबीर या साऱ्यांना सामावणाऱ्या ईश्वरानं खरंतर भेदातली एकता आणि एकतेतल्या भेदाचा अर्थ उलगडावा म्हणून जे केलं, त्याचा अर्थच न कळल्यानं माणसानं जात, वंश, धर्म, देश, रंग, रूप भेदाच्या अभेद्य भिंती परस्परांत उभारल्या. म्हणूनच संत तुकोबांना सांगावं लागलं –

'विष्णूमय जग । वैष्णवांचा धर्म । भेदाभेद भ्रम अमंगळ ।'

तर ज्ञानेश्वरांना – 'भूता परस्परे जडो मैत्र जीवांचे।' हे पसायदान मागावं लागलं.

◆

योगायोग

"सुले, तुला कळलं का? जोश्यांच्या नंदिताचं लग्न ठरलं बाई एकदाचं! तीन वर्षं बघत होते. कुठं रंग, कुठं उंची तर कुठं पत्रिका! काही ना काही आड येत होतं. इतकी गुणी मुलगी! पण कसला खडतर 'योग'! तू काही म्हण. विश्वास ठेव की ठेऊ नको, पण या योगांचा योगायोग बघशील तर चक्रावशीलच! अगं वर्षा-दीड वर्षापूर्वी याच मुलानं उंचीचं, रंगाचं कारण सांगून नकार कळवला होता म्हणे! आणि आता...."

मावशीनं दिलेल्या बातमीतल्या योगायोगाची खरंच गंमत वाटली, पण केवळ गंमत म्हणून ही गोष्ट सोडून द्यावीशीही वाटेना! मनातल्या मनात मन योग, योगायोग या कल्पनेशीच मन घुटमळत राहिलं.

खरंच 'योग' ही कल्पना की वास्तव? आपल्या मनगटाच्या शक्तीचा सार्थ अभिमान बाळगणाऱ्यांनाही काही गोष्टी आपल्या हाताबाहेरच्या आहेत या कठोर अनुभवाची प्रचिती देणारी गोष्ट म्हणजे योग! अनेकदा प्रयत्न करूनही सहज हुलकावणी देऊन गेलेलं यश, इच्छापूर्तीचा क्षण ध्यानीमनी नसताना अवचित हाती गवसण्याचा अनुभव म्हणजे योग.

खूप लहानपणी शाळेच्या वाचनालयात 'डेव्हिड कॉपर्ड फिल्ड'चं छोटेखानी मराठी रूपांतर वाचलं होतं. तेव्हाच आजीवर निस्सीम प्रेम करणारा, सावत्र वडलांच्या छळाला तोंड देणारा, आईच्या प्रेमाला आसुसलेला, हळवा, लाघवी डेव्हिड मनात शिरला तो कायमचा! भाषांतर कुणाचं होतं धड आठवत नाही; प्रकाशक माहीत नाही, पण तीच प्रत मिळवण्यासाठी ग्रंथालय, ग्रंथजत्रा पालथ्या घातल्या. शेवटी

नाद सोडला आणि एकदा अचानक माझ्याकडे जुनी पुस्तकं घेऊन येणाऱ्या बाबांच्या पोतडीतून ते पुस्तक अचानक हाती आलं.

कधी असा अकल्पित जुळून येतो योग! तर कधी कायमचा निसटून जातो. नैना तशी एकेकाळची 'ऑफिस कलिग'! लग्नानंतर तिनं नोकरी सोडली. क्वचित रस्त्यात भेटायची, तर कधी कुठं मैत्रिणींकडच्या कार्यक्रमाला. 'निवांत गप्पा मारायला ये ना' नेहमीच आर्जवी आग्रह करायची! पण रोजच्या रूटीनमध्ये मुद्दाम वेळ काढून जायला जमत नव्हतं. तिचं ये म्हणणं आणि माझं हो म्हणणं!

आणि एक दिवस वृत्तपत्रात आली तिच्या अपघाती मृत्यूची बातमी! मनातली अपराधीपणाची बोचणी आजही सलते. जीव हळहळतो. मग कुणीतरी म्हणतं, "जाऊ दे गं! तुझ्या भेटीचा योगच नव्हता म्हणायचा, दुसरं काय?"

व्यक्ती, वस्तू किंवा एखादं प्रेक्षणीय स्थळ यांच्याशी योगायोगाचे धागे खरंच इतके गुंफलेले, गुंतलेले असतात! एखादी गोष्ट करायची आपण ठरवतो आणि तशी घडतेही, कधी घडतही नाही! मनाच्या पाटीवर नोंद होतेच असं नाही, पण....

खजुराहोला जायचं म्हणून ठरवून प्रवासाची आखणी झाली. अन्य प्रवास व्यवस्थित झाला, पण खजुराहोला निघणार तोच बसेसचा गोंधळ झाला. दुसऱ्यांदा ठरवलं तर घरातल्या अडचणींमुळे बेत बारगळला. परत ठरवताना ग्रुपमधल्या इतरांचा विरोध! त्यानतंर भारतातल्याच नव्हे, परदेशीही सहली झाल्या, पण मनाच्या कोपऱ्यात कुजबुज झाली, 'छे खजुराहो बघण्याचा काही योगच दिसत नाही!'

लग्नानंतर तब्बल दहा वर्षं बाळाच्या चाहूलीची वाट बघणाऱ्या सौ. अनघा आणि श्रीनं अनाथाश्रमातून सोनालीला दत्तक घेतलं आणि अवघ्या वर्षानंतर बाळाच्या आगमनाची चाहूल लागली. ती बातमी ऐकताच ज्योतिष, भविष्य, ग्रहतारे या कशावर विश्वास नसतानाही मी स्वत:शीच पुटपुटले, 'अगं बाई असा योग होता तर!'

योग म्हणा, योगायोग म्हणा! काहींच्या बाबतीत सारेच ग्रह सदाच उच्चच असतात. टाकलेलं दान मनासारखंच पडतं! मातीला हात लावला, तर सोनं होण्याचा योग! तर काहींच्या बाबतीत संगनमत केल्यासारखे ग्रह आपले सदा वक्रीच! एक गोष्ट सरळ होण्याची मारामार! सोन्याला

हात लावा, त्याची माती होण्याचेच योग!

असं का? या प्रश्नाचं उत्तरही एकेकाचे 'योग'!

अर्थात अशी ही दोन टोकं सोडली, तर कधी अवचित मनासारखं जुळून आल्यानं हरखून जाण्याचा योग, तर कधी मनापासून प्रयत्न करूनही हवं ते हवं तसं न घडल्यानं हळहळण्याचा योग!

अशा या योगायोगांनी भरलेलं, अज्ञात असं भावविश्व म्हणजेच तुमचं आमचं जीवन! तेही खरंतर असंच योगायोगांनी लाभलेलं! नाही का?

◆

कसे आवरावे मनाला?

"वावऽ काय सुंदर दिसताहेत गं करंज्या मावशी!" सुगंधा चित्कारली. "थँक्यू मॅडम! पण बाई गं, याला करंज्या नाही म्हणत बरं! याला म्हणतात मुरड कानवळ. करंजीसारखी दिसली तरी पिळासारखी दिसणारी ही कडेची मुरड घातल्यानं सुंदर तर दिसतेच, शिवाय आतलं सारण आत राहतं. करंजीच्या बाहेर येऊ नये म्हणून घालायची असते ही मुरड! कळलं?" मावशींनी विचारलं. त्यावर "ओ.के. आता आणखी पकवू नकोस गंऽऽ" म्हणत गंधा सटकली. "मावशी, अहो हल्लीच्या या तरुण पोरांना मुरड घालणंच माहिती नाहीए हो मनाला!" मालतीबाई म्हणाल्या.

"तर काय हो! ऐकलंत ना, नेन्यांच्या सुनेनं काय म्हणे सासूनं केस कापू नको म्हटलं म्हणून हाताची शिर कापून आत्महत्या करायचा प्रयत्न केला म्हणे. अहो, एका मुलाला "परीक्षा आलीये, टीव्ही कसला बघतोयस अभ्यास कर." म्हणून वडील रागावले तर पठ्ठ्यानं जीव दिला म्हणे.

"आईवडिलांच्या मनाविरुद्ध लग्न केलं म्हणून शिंदेबाई मरेस्तोवर एकट्या राहल्या, पण पोराचं तोंड नाही पाहिलं." सुमित्राबाईंनी जुनी आठवण जागवली. "हो, पण त्यापेक्षा आपला हट्ट सोडला असता, थोडी मनाला, मीपणाला मुरड घातली असती तर...." हरदासाची कथा पुन्हा मूळ पदावर आली. एक एक करून सगळ्या निघाल्या, पण 'मनाची मुरड' माझी पाठ सोडेना! एवढंसं आपलं आयुष्य! खरंतर नेमकं किती हे संपेपर्यंत आणि संपल्यावर ज्याचं त्यालाही न कळणारं!

मग एवढा हट्ट, अट्टाहास का? कशासाठी? वेळप्रसंगी मनाला मुरड घातली तर त्यात असं काय मोठंसं बिघडणार असतं? छे! छे! उलट चांगलंच घडत असतं. समोरच्या व्यक्तीच्या भावनांचा आदर आपण करणं; थोडं मनाविरुद्ध जाऊन का असेना ऐकलं तर स्नेहाच्या गाठी पक्क्या होतात. जीवनाचा मार्ग सुलभसुकर होतो. घाटात किंवा अवघड अडचणीच्या वळणावर दोन वाहनं समोरासमोर येऊन ठप्प उभी राहतात. कुणीतरी माघार घेणं आवश्यक असतं, पण ती कुणी घ्यायची यावर बाचाबाची, खडाजंगी होऊन प्रकरण हातघाईवर येतं. दोन्ही दिशांची वाहतुकीची कोंडी होते. यातून मार्ग काढायचा तर कुणीतरी माघार घेऊन तडजोड करायला हवी आणि ती झाली की वाहतूक पुन्हा वाहती होते, सुरळीत होते. इतरांची गैरसोय दूर होते.

जीवनाच्या प्रवासालाही हेच तत्त्व लागू आहे. 'जीवन म्हणजे जन्मापासून मृत्यूपर्यंतचा प्रवास' 'इहलोकीचा प्रवास' 'जीवन म्हणजे अदृष्टाचे संचित' अशी खूप जण आपआपल्या परीनं जीवनाची व्याख्या सांगतात, पण मला वाटतं 'जीवन म्हणजे तडजोड' ही कुणालाही पटावी अशी व्याख्या आणि ती ज्याला उत्तम प्रकारे करायला जमते, त्याच्याजवळ सुखी माणसाचा सदरा नसूनही तो सुखात जीवन जगू शकतो. प्रत्येक गोष्टीतून आनंद मिळवू शकतो. जिथं जे असेल, मिळेल त्याच्याशी आपली तार जुळवून घेता आली, तर जीवनाचं गाणं सुरेलच होणार! एरव्ही युरोप टूर, उत्तम व्यवस्था, निसर्गाचा अनोखा नजारा, माणसांच्या, परिसराच्या नाना तऱ्हा, नाना रंग...! "छे, बाई घरच्यासारखा चहा कुठ्ठंच मिळत नाही. कसलं मेलं ते फुळूकवाणी पाणी! वैताग आला. कधी एकदा घरी जाऊन आलं घातलेला चहा घेईन असं झालंय." एका चहाबाज बाईंचं चहावाचून डोकं उठलं म्हणून त्यांनी इतरांनाही भंडावलं. आता काय म्हणायचं याला?

"मोना पूजेच्या वेळी ड्रेसएवजी साडी नेसशील का?" घाबरतच नीलाताईंनी रोज जीनटॉप्स् घालणाऱ्या सुनेला विचारलं. तिनंही आनंदानं होकार दिला. म्हणाली, "मला नाही आवडत साडी, पण थोडा वेळ नेसल्यानं आईंना आनंद वाटेल म्हणून नेसते." खरंच, अशा तडजोडीतूनच मनं जुळतात; माया जडते.

संस्कृतीच्या अनेक व्याख्या आहेत, पण कुणीतरी व्यासपीठावरून

बोलताना सहज बोलण्याच्या ओघात म्हटलं, "दुसऱ्याला समजून घेते ती संस्कृती" आणि मुद्दाम पाठ न करताही ही व्याख्या मनावर जशी कोरली गेली. दुसऱ्याला समजून घ्यायचं, तर मनाची लवचिकता हवी. मी म्हणेन तेच, तसंच व्हावं हा अट्टाहास कसा चालेल? आणि हट्टानं चालवला, तर हळूहळू आपण एकटं पडू. सगळ्यांबरोबर सगळ्यांच्या सहभागातून काही साकारायचं, तर मनाला मुरड घालण्याशिवाय पर्याय नाही आणि तसं करणं म्हणजे लाचारी, दुर्बलता नव्हे तर समंजस मनाचं सामर्थ्य!

♦

इच्छा

"डॉक्टर बरे होतील ना हे? की...." वासंतीबाईंच्या दाटल्या गळ्यातून शब्द फुटेना. शब्दांतून जे व्यक्त होऊ पाहत होतं, ते डोळ्यांवाटे पाझरू लागलं. अनावर हुंदक्यांनी त्यांचं शरीर गदगदत होतं. "हे बघा, आम्ही पराकोटीचे प्रयत्न करत आहोत. औषधोपचारात आमच्याकडून कसूर होत नाही. होणार नाही." वासंतीबाईंच्या पाठीवर थोपटत डॉक्टर धीर देत होते.

"तरीही...." वासंतीबाई पुटपुटल्या. "हो. तरीही म्हणावी तशी प्रगती नाही. कारण डॉक्टरांच्या प्रयत्नांना पेशंटच्या इच्छाशक्तीची जोड मिळते तेव्हाच...आणि मधुकरराव तर जगण्यापेक्षा मरणाचाच विचार करतात. माणसांची इच्छाशक्ती प्रबळ असेल तर...." डॉक्टर बोलता बोलता पुढच्या पेशंटकडे वळले.

खरंच, काय खोटं होतं त्यांचं म्हणणं? वैद्यकीय शास्त्राने आशा सोडलेल्या रुग्णांपैकी काही जण 'माझ्या मुलांसाठी मला जगायला हवं' या एकमेव प्रखर इच्छेपोटी यमदूतांना काही काळ थोपवून धरण्याचा चमत्कार घडवताना आपण पाहतो. धडधाकट माणसाला आव्हान वाटावा असा दुर्लंघ्य पर्वत एखादा अपंग चढून जातो. स्टीफन हॉकिंग्जसारखी व्यक्ती ज्याचं विश्व केवळ जगाच्या खुर्चीत सामावलंय, अनंत व्याधींनी ज्यांना हैराण केलंय ते विश्वातली अगम्य कोडी उलगडताना दिसतात. साता समुद्रापार प्रवास करून भारताप्रमाणे अनेक देशांचा प्रवास करतात. कशाच्या बळावर? केवळ अदम्य इच्छेच्या बळावरच! नाशिकच्या रजनीताई लिमये कॅन्सरशी टक्कर देताना मतिमंद बालकांसाठी

प्रबोधिनीच्या रूपात आशा फुलवतात. कोल्हापूरच्या अपंग नजमाताई इतर अपंगांना आपल्या पायावर उभं राहण्यासाठी भक्कम आधार देतात.

काय वाट्टेल ते होवो, पण आपलं आराध्य दैवत स्वा.वीर सावरकरांवरचा जीवनपट पूर्ण करायचाच, या दुर्दम्य इच्छेनं भारावलेल्या बाबूजींनी उतार वयात प्रकृतीची तमा न बाळगता चित्रपटाचं इच्छित साध्य केलं. मनात चांगल्या इच्छा धरणं आणि नुसत्या मनात इच्छा धरणं नव्हे, तर त्यासाठी निर्धारानं झटणं असतं तेव्हा इच्छापूर्तीत अडचणी, अडथळे आले, तरी इच्छापूर्तीच्या फळाचा लाभ होतोच! म्हणतातच, 'इच्छा तशी फळे'! मानवी जीवनेच्छांचा पैस अनंत आकाशासारखा, अथांग सागरासारखा! व्यक्ती तितक्या प्रकृती! त्याच धर्तीवर व्यक्ती तितक्या इच्छा-आकांक्षा! आयुष्यात पिढ्यान्‌पिढ्या एका खोलीत - बेडरूम-किचन-लिव्हिंग रूम-अ‍ॅटॅच बाथरूम अशा ऑल इन वनमध्ये काढलेल्या घरातल्या व्यक्तीची 'दार असलेल्या' स्वतंत्र बाथरूमचं दोन खोल्यांचं घर असावं ही तीव्र इच्छा महत्त्वाकांक्षा(!) बनते. परिस्थितीअभावी अर्धवट शिक्षण सोडावं लागलेल्या वडलांची मुलाला आयएएस, डॉक्टर करण्याची तीव्र इच्छा असते. त्यासाठी वाट्टेल ते कष्ट उपसण्याची तयारीही! गगनाला गवसणी घालू पाहणाऱ्यांच्या इच्छाही कल्पना चावलासारख्या गगनाला भिडणाऱ्या! गिनिज बुकमध्ये नाव नोंदणीच्या महत् इच्छेपोटी अचाट विक्रमावीरही असेच विशिष्ट इच्छेनं झपाटलेले वेडेपीर!

इच्छा! मानवालाच लाभलेलं वरदान! त्याच्या जीवनाला वेढून उरलेलं! असं म्हणतात की, अंत:काळच्या इच्छेतूनच पुनर्जन्माचा प्रारंभ होतो. इच्छापूर्तीसाठी जन्मजन्मांतरीचा प्रवास अव्याहत चालू आहे. किलारी असो की त्सुनामी संकटाचा रुद्र-भीषण संहार! जीवनेच्छेचा इवलासा अंकुर माणसाला पुन्हा नवनिर्मितीला उद्युक्त करतो. संकटांचं वादळ झेलत नव्या दिशेनं नव्या आशेनं पाऊल उचलतो तो या त्याच्या आत दडलेल्या अमर्याद इच्छाशक्तीनं! म्हणूनच शायर म्हणतो,

किनारोंसे टकराता है उसे तुफान कहते है।
तुफानोंसे टकराता है उसे इन्सान कहते है।

आणि तुफानाशी टक्कर घेण्याचं बळ देते ती इच्छा! इच्छाशक्ती!

◆

भूक

"आईऽऽ भूक लागलीये. लवकर खायला दे."

पिनाकनं सोफ्यावर दप्तर फेकलं आणि दाणदिशी खुर्चीवर बसत त्यानं प्लेट ओढून बकाबक घास कोंबायला सुरुवात केली.

"अरे, अरे, हातपाय धू...."

आईचं म्हणणं त्याच्यापर्यंत पोहचायच्या आत निम्मं खाणं उरकलं होतं.

"अरे, हळू हळू ठसका लागेल."

आजीच्या बोलण्याकडंही त्याचं लक्ष नव्हतं. भुकेनं कळवळलेल्या अवस्थेत हातातोंडाची लढाई चालू होती. अन्नब्रह्माशी एकरूप झाला होता पिनू! त्या क्षणी नव्हते चवीचे नखरे की तक्रारीचा सूर! एरव्ही कितीही काहीही करा, सतराशे खोड्या आणि साठ तक्रारी!

आमची आजी लहानपणी सांगायची ती गोष्ट अजूनही आठवते –

"काय शंकरराव, शतपावली?" शेजारच्या गोविंदरावांनी विचारलं.

"हो, जेवण जरा जास्तच झालं."

"काय विशेष बेत?" गोविंदरावांनी विचारताच, "नाही हो, रोजचंच, पण 'ती' घरी असली की, जेवायला मजा येते. पदार्थाच्या चवीढवीपेक्षा 'ती' असते म्हणून जेवणाला चव लागते बघा! 'ती' नसली की, जेवणाला ना चव ना जेवण जातं."

शंकररावांचं 'ती'चं आख्यान फारच लांबलं की, ऐकणारा म्हणे, "फारच बुवा वैनींची तारीफ करता!"

त्यावर गडगडाटी हसून शंकरराव सांगत, "अहो, ती म्हणजे 'ही'

नाही हो! 'ती' म्हणजे भूक-भूक!''

खरंच आहे ते! 'भुकेला कोंडा आणि निजेला धोंडा' म्हणतात, ते का उगाच!

भूक! एक नैसर्गिक भावना! प्रत्येक सजीवाला जाणवणारी आणि जगवणारीही. नुकतंच जन्मलेलं तान्हुलंही आपल्याला भूक लागल्याचं 'ट्यँऽ ट्यँऽऽ' मधून जाहीर करतं. मुंग्या, मधमाश्यांसारखे क्षुद्र जीवही आपल्या पोटपूजेची तजवीज करतात.

'जीवो जीवस्य जीवनम्।' या सूत्रात निसर्गानं प्रत्येक सजीवाच्या उदरभरणाची सोय लावलीये. 'बुभुक्षितः किं न करोति पापम्।' या वचनाची सत्यता आत्यंतिक भुकेपोटी कुत्र्याचं हाड चघळणाऱ्या विश्वामित्रांची कथा देते. हिटलरच्या छळ-छावण्यातली भुकेनं तडफडणाऱ्यांची वर्णनं वाचताना टिचभर पोटाच्या खळगीची भीषण उग्रता भयचकित करते.

पोट भरण्यासाठी काहीतरी 'हवं' असणं हा शरीरधर्म आहे; पण त्या 'हवं'चं रूपांतर 'हावे'त होतं. मला आज, उद्या, परवासाठी तर हवंच पण, माझी मुलं-नातवंड-पतवंडांसाठीही हवं! कितीही मिळालं तरी अजून... अजून... अजून... न संपणारी भूक शेवटी माणसालाच संपवते.

'सूर्योदयापासून सूर्यास्तापर्यंत जेवढं चालशील तेवढी जमीन तुझी.' म्हटल्यावर धावधाव धावणारा माणूस सूर्यास्ताला गतप्राण होतो. या टॉलस्टॉयच्या गोष्टीत माणसाच्या 'भुके'चं विदारक चित्रण आहे.

कोणतीही 'भूक' संयमाच्या, विवेकाच्या मर्यादेत असते, तोवर ती स्वाभाविक, नैसर्गिक असते; पण वासनेची भूक संयमाची चौकट ओलांडून मोकाट उधळते, तेव्हा रामायण-महाभारत घडतं! अनिर्बंध सत्तेची भूक परराष्ट्रांवर आक्रमण करून असंख्य निरपराध्यांचे बळी घेते. मग तो काळ पौराणिक असो की २१ व्या शतकाचा असो!

'भूके'ला आपण काबूत ठेवायचं की तिच्या आधीन व्हायचं हे आपणच ठरवायचं. 'हवं' आणि 'हाव' यातला 'काना' म्हणजे डोलकाठीच! ज्याला तोल सावरणं जमतं तोच जगण्याचा आनंद लुटतो. नाहीतर 'हावे'च्या मायावी पाशात तो त्याच्याही नकळत असा काही गुरफटतो की, ती भूकच त्याला खाऊन टाकते.

बहिणाबाईंनी म्हटल्याप्रमाणं 'मानसानं घडवला पैसा, पैशासाठी

जीव झाला कोयसा.’

फ्लॅट हवा, मग बंगला हवा, मारुती हवी, मग काँटेसा हवी, कुलर हवा, एसी हवा... हवं-हवंच्या हावेनं माणसाची हवाच टाइट होते. जे हवं हवं वाटतं ते मिळालं तरी ‘हवं’ची भूक संपत नाही. या भूकेला जणू तृप्तीचा ढेकर देताच येत नाही.

भूक असताना खाणं म्हणजे प्रकृती, भूक नसताना खाणं ही विकृती आणि भूक असतानाही स्वत: न खाता दुसऱ्याला देणं ही संस्कृती! प्रकृतीपासून संस्कृतीपर्यंतचा पल्ला गाठायचा तर भूक नसताना खाण्याच्या विकृतीवर मात करायलाच हवी.

भूक! मग ती पोटाची असो की वासनेची, सत्तेची असो की सुखाची, भुकेची स्वाभाविक पूर्तता करणं वेगळं आणि नैसर्गिक भूक नसताना खाणं किंवा दुसऱ्याच्या तोंडचा घास हिसकावून आपली असली-नसलेली भूक भागवणं म्हणजे...!

◆

आमच्या वेळी

"काय बंट्या, कशावरून झाली ताणातणी बापाशी?" आजोबा नातवाला विचारतात.

"आबा, पप्पा एक नंबरचे चिंगू आहेत. ठरलेल्या पॉकेट मनीपेक्षा एक पत्तीपण जास्त देत नाहीत. पाचशेत कसा काढायचा महिना?" बंटीनं आपली प्रामाणिक अडचण सांगितली.

"बंट्या लेका, अजून मिसरूड फुटलं नाही, तर फुकटात तुला पाचशे रुपये पुरेनात. अरे, पस्तीस वर्षं नोकरी केल्यावर रिटायर झालो तेव्हासुद्धा मला पाचशे रुपये पगार नव्हता, पण खाऊन-पिऊन सुखी होतो. आता तेव्हा काय स्वस्ताई होती सांगू तुला! अरे, शेरभर दूध विकत घेतलं, तर अर्धाशेर धार फुक्कट मिळायची. आमच्यान वेळी!"

"खरंच धम्माल! मग आबा तुम्ही त्याला धारच टाकायला सांगत असाल ना तुमच्या वेळी!"

"बंट्याऽऽ" म्हणत आबा ओरडले; पण 'त्यांच्या वेळची' ती पेटंट रेकॉर्ड, बंटीच्या भाषेत सी.डी. सुरू होऊन त्यांनी आणखी पकवेपर्यंत बंट्या सटकला.

हा नेहमीचाच अनुभव! बंटीचाच नाही आपल्या सगळ्यांचाच! प्रत्येक मागची पिढी पुढच्या पिढीशी संवाद साधतानाची रेकॉर्ड 'आमच्या वेळी'च्या पदावर पुन्हा पुन्हा घासत राहते. ऐकणाऱ्यांचं सूत्र, सूर तिथं जुळत नाहीत. मग संवादाऐवजी विसंवादी सूर तरी निघतात किंवा संवादच संपतो. तो रंगतो तो 'आमच्या वेळे'च्या अनुभवाशी नातं असणाऱ्यांशी!

"काय? कुठं निघाली सासूसुनेची जोडगोळी?" आजेसासूबाईंनी टोकताच, "मम्मींना किटीपार्टीला ड्रॉप करून मी ब्युटीपार्लरमध्ये जाणार आहे." मोना सँडल्स घालताघालता उत्तरते.

"आमच्या वेळी नव्हती हो ही थेरं! सासूलाच पोच नाही. शिंग मोडून वासरात शिरायचं. बिनबाह्यांचे झंपर याच घालणार. मग यांच्या सुनांना या कोणत्या तोंडानं पँटी घालून हिंडू नका म्हणणार? आमच्यावेळी सासू बाईंच्या नजरेला नजर भिडवण्याचं धाडस होत नव्हतं आणि चुकून पाहिलं, तर त्या डोळ्यांतून सदा रागाचा अंगार फुललेला दिसायचा! जरा रिकाम्या दिसलो की, चक्क साबुदाणा आणि मोहरी मिसळून निवडायला ठेवायच्या सुनांपुढे!"

खरंतर आता सासूसुनांचं, विहिणीविहिणींचंही नातं खूप खेळीमेळीचं, बरोबरीचं, मैत्रीचं झालंय. ज्यांनी खूप सासूरवास भोगला, त्या पिढीला हा बदल वेगळा वाटणं स्वाभाविक असलं तरी या चांगल्या बदलाचा स्वीकार करताना 'आमच्या वेळी'च्या या रेकॉर्डचा सूर नाराजीचा असतो की असूयेचा?

खरंतर प्रत्येक पिढीची 'आमची वेळ असतेच' आणि त्यांचा तो हळवा कोपरा असतो भूतकाळातल्या आठवणीत. मग त्या सुखद असोत की दु:खद. त्या आठवणींमध्ये रमणं माणसाला आवडतं. वर्तमानातले बदल अटळ असले तरी पचवणं कठीण असतं. भूतकाळ दुरावलेला असतो अन् बदललेला वर्तमान आपलासा वाटत नाही. म्हणूनच मागची पिढी 'आमच्या वेळच्या' स्मरणयात्रेत रमते.

वर्तमानातलं वास्तव न स्वीकारणं आणि भूतकाळात रमणं हीच तर नटसम्राटमधल्या अप्पा बेलवलकरांची शोकांतिका आहे. नट म्हणून आणि वृद्ध म्हणूनही!

"छ्याऽऽ कसली आजही ही नाटकं दोन अंकी! कुजबुजल्यासारखं बोलायचं, नाहीतर नुस्ते नि:श्वास सोडायचे! अरे, पूर्वी 'माझं तुझ्यावर प्रेम आहे' हे नायकाचं वाक्य माइकशिवाय फर्लांगभर अंतरावरच्या प्रेक्षकालाही स्पष्ट ऐकू जायचं. रात्र रात्र नाटकं रंगायची, १०/१० वेळा गायकांना वन्समोर...." पूर्वीच्या नाटकांबद्दल ऐकताना बंट्या पटकन आबांना म्हणाला, "लोकांना काही उद्योग नव्हते तेव्हा आबा."

'आमच्यावेळचं' सगळं आजच्यापेक्षा वेगळं असणं स्वाभाविक, खरं

असलं तरी 'तेच बरं' हे मात्र बरोबर नाही. त्या सोसापायी कधीकधी अतिरेक होतो.

'चांगल्या, सुशिक्षित, सभ्य, सुटाबुटातल्या चोरानं गर्दीत महिलेचं मंगळसूत्र खेचलं.'

बातमी वाचताच आबा उसळलेच!

"ह्यॅऽऽ काय रे हे! चोरांमध्येसुद्धा आता काही दम नाही. सूटबूट घालून चोऱ्या करतात. अरे, 'आमच्या वेळी' कसले एकएक जंक्शन असायचे. चोर, दरोडेखोर, काळाकभिन्न रंग, गलमिशा, धिप्पाड बांधा पाहताच पोलिसांचीसुद्धा बोलती बंद व्हायची. हो. आणि आयाबहिणींच्या मंगळसूत्राला हात नव्हते लावत."

असं 'आमच्या वेळ'चं सगळंच कसं युनिक होतं! हे सांगताना आपण सगळेच कसे रंगून जातो आपल्याही नकळत! जे आजचे ऐकणारे आहेत तेही त्यांच्या पन्नास-साठाव्या वर्षी अशीच 'आमच्या वेळे'ची रेकॉर्ड नक्कीच ऐकवणार. कारण हिस्ट्री रिपीट्स!

◆

ओळख

'काय? झालं काम? नाही ना? मला वाटलंच होतं! तो दगा देईल. चांगला ओळखून आहे मी त्याला!'

असा अपेक्षित अनुभव आपल्या 'ओळखी'ची खूणगाठ पक्की करतो, तर कधीकधी अमुक एका 'क्ष'ला आपण 'चांगले' ओळखतो या विश्वासाला सुरुंग लावणारा अनुभव येतो.

राजीवसारखा समंजस, आईवेडा मुलगा आईला वृद्धाश्रमात ठेवतो तेव्हा....! 'अवर फ्रेंड्स नो अस इन अवर गुड डेज, वुई नो अवर फ्रेंड्स इन अवर बॅड डेज' या बोधवचनाची सत्यता अनुभवाला येते तेव्हा 'ओळख' शब्दाच्या भोवऱ्यात मन गरगरतं!

"हा माझा भाऊ, हा माझा मुलगा, पती, मित्र, मैत्रीण!"

"त्यांचा-आमचा गेल्या चाळीस वर्षांचा स्नेह आहे किंवा नुकतीच ओळख झालीये!'' असं सांगताना नात्याच्या, स्नेहाच्या परिमाणाने 'ओळखी'ची ग्वाही आपण देतो. पण खरंच ओळखतो का आपण एकमेकांना?

ज्यांच्या सहवासात आयुष्य घालवतो, एकमेकांना 'चांगले ओळखून' असल्याचा दावा करतो, त्यांच्याच बाबतीत एखाद्या वळणावर असं काही घडतं की, सारी ओळख पुसून जाते आणि बाटलीतल्या राक्षसासारखी अक्राळविक्राळ स्वरूपात 'नवी ओळख' समोर उभी ठाकते.

माझ्या मैत्रिणीच्या एकसष्टीचा समारंभ! मुलं-मुली, सुना-जावई, पती, सासू-सासऱ्यांनी सुंदर कार्यक्रमाचं आयोजन केलं. मैत्रिणीचं मनही आनंद, समाधान, कृतार्थतेने भरून आलं. साऱ्यांचं प्रेम बघून

धन्य वाटलं. मग गप्पांना रंग चढला.

आईविषयी भरभरून बोलताना, "आईनं नोकरी आणि घर सांभाळलं, पण लहानपणी आईच्या न मिळालेल्या सहवासाची खंत अजून बोचते." मुलगी सहज बोलून गेली.

"तुमच्या आईनं मला सर्वतोपरी साथ दिली. आज पटतंय, हिच्याशी लग्न झालं तेच चांगलं झालं. खरंतर मला... पण बाबांना विरोध करण्याचं धाडस नव्हतं...."

"अप्पा, अरे तुझं काय सांगतोस, मलासुद्धा ती जोश्यांची मुलगीच पसंत होती. शिवाय देणंघेणं...." सासूबाईंनी मनातलं दुःख व्यक्त केलं.

चाळीस वर्षांच्या संसारानंतर होणारी ही 'ओळख' मैत्रिणीला मनोमन उद्ध्वस्त करून गेली. 'ही माझी माझी माणसं म्हणत होते, माझ्या माणसांची मी नसनूनस ओळखते, हा माझा भ्रम होता!'

खरंच वर्षानुवर्षं एकत्र राहूनही माणसं एकमेकांना परकी राहतात. बाहेर दिसणारे त्यांचे रंग इतके भुलवणारे असतात की, अंतरंगाचा ठावच लागू नये. इतरांना त्याची असणारी ओळख केवळ हिमनगाच्या जलपृष्ठावरच्या एक सप्तमांश भागाइतकीच असते? उरलेला भाग अगदी जवळच्यांनाही अज्ञातच राहतो का? पंचेचाळीस वर्षं गुण्यागोविंदानं एकत्र संसार केलेल्या उमाबाई केवळ मुलांसाठी एकत्र राहिल्याचं सांगतात आणि पतीपासून वेगळं होऊन मनासारखं आयुष्य जगताना दिसतात. तेव्हा आपण इतके दिवस त्यांना 'ओळखत' होतो, म्हणजे नेमकं काय, हेच त्यांच्या पतीला कळत नाही.

मक्याच्या कणसाची ओळख नेमकी कशानं पटली म्हणायची? वरची पातळ आवरणं एका मागून एक उकलावित, तर आत रेशीम तंतूंच्या झिरमिळ्या, त्या दूर होताच टप्पोरे मोतीदाणे आणि मोतीदाण्यांना जडवण्यासाठी असलेली कोंदणं! सारंच अद्भुत, अगम्य!

इतरांचं जाऊ दे! पण आपण तरी आपल्या स्वतःला खरंच ओळखतो का? की जन्माला येताना ज्या 'कोऽहं'च्या प्रश्नचिन्हाच्या गुंत्यात अडकलेले असतो, तसेच आयुष्यभर गरगरत राहतो? पुलंनी 'असा मी, असा मी' लिहिलंय. त्या दिशेनं मी माझीच मला ओळख पटवू बघते. तेव्हा एखादी वस्तू एखाद्या विशिष्ट व्यक्तीला देताना मी क्षणभरही

विचार करत नाही. तीच वस्तू मी इतरांना माझ्याकडे नाहीच, असं धडधडीत कधीकधी खोटंही सांगते. एकच चूक. पण एकाला साऽऽफ माफ आणि दुसऱ्याला वाटेल ते बोलते. एखाद्यासाठी जीव टाकायचा आणि एखाद्यासाठी जीव गेला तरी (त्याचा किंवा आपलाही) शक्य असूनही हातून मदत होत नाही. यापैकी माझी कोणती ओळख खरी? कशी मी? कशी मी? की अशीही मी आणि तशीही मीच किंवा एकदा एका व्यक्तीला मदतीचा हात दिला तर त्याच व्यक्तीवर दुसऱ्यांदा हात उगारला! एक जण 'क्ष' ला चांगला म्हणतो तर दुसरा दुष्ट! कोणती ओळख खरी म्हणायची? की दोन्ही? व्यक्ती-परिस्थितीनुरूप जी सतत बदलते त्याला 'ओळख' म्हणायचं का? किंवा का म्हणायचं?

◆

प्रतीक

पेशंट म्हणून डॉक्टरांच्या कन्सल्टिंगमधल्या वेटिंग रूममध्ये माझा नंबर लागण्याची वाट पाहत बसले होते. पेशंट्सच्या रंजनासाठी टी.व्ही. चालू होता. टीपॉयवर मासिके-वृत्तपत्रे होती, पण कशातच मन लागत नव्हतं. खोलीचं निरीक्षण करताकरता एका फ्रेमवर नजर गेली आणि बघताबघता तिथंच खिळून राहिली.

चित्रात निळ्याशार पार्श्वभूमीवर एका झाडाच्या फांदीला सुगरणीचं सुंदर जाळीदार घरटं लोंबत होतं. लांब चोचीत झाडाच्या शिरेचा धागा पकडून सुगरणीचं घरटं विणण्याचं काम चालू होतं. आपल्या पिल्लांसाठी झोक्यासारखं घरटं विणण्यात तल्लीन झालेली सुगरण, तिच्या डोळ्यांतले ते भाव, त्यातून ओसंडणारे ते वात्सल्यभाव त्या चित्रातून थेट माझ्या मनाला भिडले.

मानव असो की पशूपक्षी, मातृत्व-वात्सल्याचं ते साक्षात प्रतीकच छायाचित्रकारानं टिपलं होतं. त्या मूक चित्रात मातृत्वाची ओढ, पिल्लांची काळजी, त्यासाठी आईची धडपड दिसत होती. सारंसारं त्या प्रतिमेतून प्रतीकरूपात व्यक्त होत होतं. बघताबघता त्या सुगरणीतल्या आईशी माझा संवाद सुरू झाला.

आपल्या जीवनात अशी अनेक प्रतीकं सामोरी येतात. ओळखीच्या खुणा खूप काही सांगून जातात. न बोलताही मनातलं गुपित अशा सांकेतिक प्रतीकांतून 'ये हृदयीचे ते हृदयी' पोहोचते. संस्कृती कोणत्याही देशाची असो, सांकेतिक प्रतीकं भिन्नभिन्न असली तरी संदेशवहनाचं सामर्थ्य अजब असतं.

महाविद्यालयीन जगात मनातलं गोड गुपित शब्दांतून सांगणं 'प्रेम तुझ्यावर करते (किंवा करतो) मी रे' जमत नाही, पण 'व्हॅलेंटाईन डे'ला दिला-घेतला जाणारा लाल गुलाब हे काम अचूक करतो. 'फ्रेंडशिप डे'चे बँड मैत्रीची ग्वाही प्रतीक रूपात देतात. कोणतीही संस्कृती जपली जाते प्रतीकरूप संस्कारांतून! राखी पौर्णिमेच्या दिवशी भावाला बांधली जाणारी राखी आज वर्षानुवर्षं बहीणभावातल्या नात्याला भावनिक बळ देतेय, हे कोण नाकारेल? या प्रतीकरूप राखीनं धर्माधर्मातले भेद विसरून रक्ताचं नसलं तरी 'माणुसकीचं नातं' जोडल्याचे प्रसंग इतिहासात नमूद आहेत.

राष्ट्राचे राष्ट्रध्वज हे त्या राष्ट्राच्या स्वातंत्र्याचे, अस्मितेचे प्रतीक असतात. ती नुसती कापडावरची चित्रकारीता नसते. त्या राष्ट्राच्या विचारधारेचं ते प्रतीक असतं. म्हणूनच त्या प्रतीकात अवघ्या राष्ट्राला एकत्र बांधून ठेवण्याची प्रचंड शक्ती असते. रेडक्रॉसचं छोटंसं प्रतीक – जगाच्या कानाकोपऱ्यात कुठंही भयंकर आपत्ती कोसळो, जातपात, धर्म, भाषा, भूमी साऱ्या भेदभावापलीकडे मानवामानवातल्या अतूट नात्याचा दिलासा देऊन जातं.

हजारो शब्दांतून ज्या भावना व्यक्त होऊ शकत नाहीत, एखाद्याची ओळख होणं कठीण होतं; पण त्याच भावना एखाद्या प्रतीकातून आपण व्यक्त करू शकतो. समारंभासाठी आलेल्या पाहुण्यांना आपण 'आम्ही आमच्या भावनांचं प्रतीक म्हणून भेटवस्तू, पुष्पगुच्छ देतोय.' असं म्हणतो. कुणी अभिनंदनीय यश मिळवलं की, आपल्या कौतुकाच्या भावनाही अशाच प्रतीकरूपात व्यक्त करतो. मोठ्या, आदरणीय व्यक्तीबद्दलचा आदर, नमस्कार, चरणस्पर्श करून व्यक्त केला जातो.

ही वर्तनातली प्रतीकात्मकताही शब्दाविण खूप जिव्हाळ्याचा संवाद साधून जाते. अंधाऱ्या रात्री समुद्रात दिशाहीन भरकटणाऱ्या जहाजाला दीपस्तंभाचं प्रतीकदर्शन किनाऱ्याचा पत्ता सांगून आश्वस्त करतं.

◆

सल्ला : एक 'देणं'

चौऱ्याऐंशी लक्ष योनींचे महाभव्य सर्कल (फेरा) पूर्ण केल्यावर म्हणे जीव माणसाच्या जन्माला येतो. असा दुर्मीळ चान्स मिळाल्यावर फक्त स्वत:साठी न जगता दुसऱ्यासाठी काहीतरी (की काहीतरीच?) करावं, असा सल्ला (उपदेश) त्याला कधी धार्मिक व्यासपीठावरून, तर कधी घरातील बुजुर्गांकडून (घरचा आहेर) मिळत असतो. मग तोही या सल्ला देण्याच्या मॅरेथॉनमध्ये जिद्दीनं, निष्ठेनं, हिरिरीनं सामील होतो. श्रद्धेनं घेतलेला हा वसा न ऊतता, न मातता जपण्याचा त्याचा उत्साह ऊतू जात असतो. ज्या समाजात आपण जन्मलो, वाढलो, जगलो त्याचं आपण 'देणं' लागतो, या भावनेनं झपाटून तो संधी मिळेल तिथे आणि न मिळाली तर अनाहूतपणे हे 'देणं' फेडण्याचा सपाटा लावतो.

परवा समोरच्या जोश्यांकडे चोरी झाली. बातमी कळताच मंडळी जमू लागली.

"जोशी, ताबडतोब पोलिसांत तक्रार नोंदवा."

"ह्यँ! पोलीस काय करणार बोडकं? उलट पन्नास वेळा येऊन सतराशेसाठ प्रश्न विचारून भंडावतात. 'तपास चालू' असं वर्षभर सांगतील आणि पोलीस स्टेशनमध्ये चकरा मारून जोशी दमतील. त्यापेक्षा तुम्हीच वॉच ठेवा रात्री जागून जोशीबुवा! चार-आठ दिवसांत चोर पुन्हा इकडे आलेच तर सापडतील."

"आता चोर म्हणजे काय उंदीर आहेत? चिवडाचकल्याच्या आमिषानं सापळ्यात अडकायला?"

"त्यापेक्षा जोशी तुम्ही होराभूषण खोट्यांना प्रश्न विचारा."

"जोशी कुलुपं बदला."

"कुत्रा पाळा."

"गुरखा ठेवा."

सल्ला-सल्ला-सल्ला! चोर चालेल, पण सल्ला आवरा, असा केविलवाणा भाव जोशींच्या चेहऱ्यावर दिसतो. पण लक्षात कोण घेतो!

अनेकदा माणसाचा हॅम्लेट किंवा अर्जुन होण्याची वेळ येते. अशा स्थितीत एखाद्या कुमुहूर्तावर आपण आपल्या मित्रमैत्रिणींजवळ म्हणतो, "काय करावं समजत नाही."

झालं, आता आपणच असं 'आ बैल मुझे मार' म्हटल्यावर मग हाडाच्या सल्लागाराला वीरस्फुरण चढतं. आपल्या एकुलत्या एक वंशाच्या दिव्याला मराठी माध्यमात घालावं की इंग्रजी? हा प्रश्न तो हितचिंतक नामक सल्लागार मंडळापुढे उपस्थित करतो.

"मला समजत नाही, यात प्रश्न पडण्यासारखं काय आहे? आपण मराठी, आपली मातृभाषा मराठी, पोरं आपली, ती मराठीतूनच शिकायला हवीत."

"मरा लेको मराठी मराठी करत! इंग्रजी ज्ञानाची, जगाची भाषा! फाडफाड इंग्रजी यायला हवं ना, मग इंग्रजीला पर्याय नाही. तेही कान्व्हेंटच!"

"म्हणजे मॉम-पॉप! आपल्या संस्कृतीचं काय? ते काही नाही. तू इंग्रजी माध्यमाच्या मराठी शाळेत घाल!"

"इंग्रजी शाळेत घाला नाही तर मराठी! बोंबलायला कोण नोकरी देतोय? साला काका, आमच्या तर ग्रुपनी यंदा नववीच्या वर्गात पायच ठेवला नाही. सरळ वॉकआऊट! शाळेला रामराम! मी सांगतो काका, झिंटूला शाळेतच घालू नका! सब प्रॉब्लेम सॉल्व्ह!"

प्रश्न शैक्षणिक असो की डोक्यावरच्या पांढऱ्या केसांचा किंवा टकलाचा! पांढऱ्याचे काळे डाय, मेंदी, कलर पेंटिंग करा इथपासून ते काऽऽही करू नका इथपर्यंत सल्ले मिळतात. टक्कलच छान दिसतंय म्हणत फिदीफिदी हसणाऱ्यांबरोबर अमुकतमुक तेलाने डोक्यावर केसांचं जंगल महिन्यात उगवेल, असा छातीठोक निर्वाळा देणारी मंडळी पुढे सरसावतात, तर त्यांना मागे खेचत ते तेल लावून आहेत ते चार केसही बसाल घालवून, असा धोक्याचा कंदील दाखवणारीही असतात.

काही ऑलराऊंडर मंडळींकडे तर नवऱ्याला वठणीवर आणण्यापासून स्वत:चं डोकं ताळ्यावर ठेवण्यापर्यंत, मुलांना सुसंस्कारीत करण्यापासून सासूला हद्दपार करण्यापर्यंत कोणत्याही विषयावर सल्ला मिळण्याची सोय असते.

बरेचदा विमलआत्या, अनुताई, नानाभाऊजी हे काम मोफत करायलाही तयार असतात. तशा पाट्याच दारांवर लटकवतात ते!

त्यांच्या बिरादरीतली अनेक मंडळी वृत्तपत्रं, मासिकं, आकाशवाणी, दूरदर्शन इथे साप्ताहिक-मासिक असा सल्ल्याचा रतीब घालत असतात.

आपण दात कशाने घासावेत, कपडे कशाने धुवावेत, उवा-झुरळं कशाने मारावीत? काय खावं? केव्हा प्यावं? या सल्ल्यांच्या भडीमाराने असा जीव खातात की, टी.व्ही. वर एक सीरियल धड बघू देत नाहीत की सिनेमा!

सल्ला देण्याच्या व्रताचं काही जण इतक्या श्रद्धेनं पालन करतात की 'मा फलेषु कदाचन।' या वृत्तीने तेच म्हणतात, "तू ऐक की ऐकू नकोस, पण माझा तुला सल्ला आहे...."

पूर्वी निदान या कार्यासाठी किमान ज्याला सल्ला द्यायचा त्याच्यापेक्षा वयानं मोठं असण्याची तरी आवश्यकता होती, पण आता दहा वर्षांचं पोर बापाला सांगतं, "अमुकअमुक ले आना" किंवा बेबी पावडर-सोपसाठी आठ-दहा महिन्याचं चिमुरडं आईबापाला वेड्यात काढतं. 'है ना तुमारे पापा बुद्धू!'ला हसून संमतीसल्ला देत असतं.

एकूण काय, कुणी मानो न मानो, सल्ला देणं माझा जन्मसिद्ध हक्क आहे आणि तो मी बजावणारच! अशा ठामपणे प्रत्येक जण दुसऱ्याला सल्ला देत असतो.

◆

हास्यात पळे गुंफीत राहा!

'सखी शेजारणी तू हसत राहा... हास्यात पळे गुंफीत राहा....'

काम करता-करता गाण्याच्या ओळी कानावर पडत होत्या. मनात आलं, 'कवी सखी शेजारणीलाच का सतत हसत राहायला सांगतोय? कदाचित त्यामुळे त्याच्या अवतीभोवतीचं वातावरण प्रसन्न राहील. भांडणतंटे मिटतील. परस्परांतले ताणतणाव संपतील आणि असं असेल, तर शेजाऱ्यांनीच का, प्रत्येकानंच का सदैव हसत राहू नये?

हास्य! केवळ माणसाला आणि फक्त माणसालाच देवाने दिलेली अमोल देणगी! 'मनुष्य म्हणजे बोलणारा प्राणी' (सर्वच पशूपक्षी त्यांच्या त्यांच्या भाषेत बोलतात म्हणे!), 'मनुष्य म्हणजे बुद्धिमान प्राणी', 'मनुष्य म्हणजे समाजशील प्राणी' अशा माणसाच्या अनेक व्याख्या केल्या जातात; पण गणित करणारी माकडं बघितली आणि समूहानं राहणारे पशुपक्षी बघितले की, फक्त माणसाचीच ही लक्षणं आहेत, असं म्हणवत नाही. पण 'मनुष्य म्हणजे हसणारा प्राणी' ही व्याख्या कशी अगदी फिट्ट फक्त माणसालाच लागू होते. माणसाचीच ओळख सांगते.

पण हल्ली माणूसच आपली ही ओळख विसरत चाललाय. बदलत्या, धकाधकीच्या, ताणतणावात भय-चिंताग्रस्त वातावरणात माणसाचं हसू हरवू बघतंय. त्यातच आपल्या सांस्कृतिक सभ्यता, शिष्टाचाराच्या कल्पनेत मनमुराद, मनमोकळं खळखळून हसणं म्हणजे पोरकटपणा, थिल्लरपणा! आणि विनोद म्हणजे टवाळखोरांची आवड, असं समर्थवचन! त्यातही पुरुषमंडळींना इतर अनेक गुन्हे माफ, तसाच हाही, पण

स्त्रियांनी चारचौघात असं मनमोकळं हसणं, खरंतर खिदळणं यावर बॅनच! त्यातही चुकून असा आवाज आलाच, तर (आता एकटी हसली तर रवानगी मु. पो. ठाणे-येरवडा!) 'हसशील नारी हसू कोण्या प्रकाराचं, भरल्या सभेत पाणी जातं भ्रताराचं' असं घरातली कर्तीधर्ती आजी-सासू ठणकवायची.

हास्याला शिष्टाचाराच्या कड्याकुलपात असं बंद केलं गेलं, तरी त्याची भूल कोणालाही पडतेच. काळं, नकटं कसंही असो, तोंडाचं बोळकं पसरून निरागसपणे आपल्याकडे बघून हसणारं बाळ पाहिलं की, समोरचा माणूस त्याच्याही नकळत हसतो. आपलं हसू बघून बाळ मनापासून आणखी हसून दाद देतं. काही क्षण मग रंगते ही हास्यपंचमी! विलक्षण निरामय आनंद देऊन जाते.

हास्य एक विलक्षण गोष्ट आहे. अनोळखी माणसाची ओळख होते. एक हास्याची लकेर प्रवासातील दोन-तीन तासांसाठी एकटेपणात छान सोबत देऊन जाते. रागाचा चढता पारा मैत्रीचे बंध क्षणात तोडतो, तर त्या रागावर, अबोल्यावर केलेला हास्याचा शांत शिडकावा मैत्रीचे भावबंध जखडून ठेवतो. मोनालिसाचं गूढ, मंद स्मितहास्य शतकानंतरही बघणाऱ्याला भुलवतंय! श्रीकृष्णाचं ते मिश्कील हास्य आपल्याला क्षणात आपलंसं करून घेतं.

हास्यात दडलीये एक विलक्षण चुंबनशक्ती! हसरं पसरलेलं तोंडाचं बोळकं छोट्या बाळाचं असो की सुरकुतल्या तोंडाच्या आजोबांचं असो, बघणाऱ्याला आपल्याकडे खेचल्याखेरीज राहत नाही. सुंदर, रडका, रागीट किंवा लांबट चेहरा मात्र इतरांना आपल्यापासून दूर पळवून लावतो. रडणाऱ्याला दोन मिनिटं सहानुभूती दाखवून सारे पसार होतात तर हसवणाऱ्याभोवती लोक गोळा होतात.

हास्याची लागण पसरत जाते. वातावरण प्रसन्न होतं. त्याच्या हसण्यात सामील होत सारेच हसू लागतात. सारं विसरून जातात. गावोगावी, सकाळच्या प्रसन्न प्रहरी निसर्गाशी शहरी जीवनाचं नातं जोडण्यासाठी बागबगीच्यातून हास्याचे फवारे उडताना दिसतात. तरुणाईच्या उत्साहात वय विसरून हास्ययोगी हास्य क्लबातून हास्यात चिंब होताना दिसतात. पुढल्या दिवसासाठी हास्यरसाचे पाथेय घेऊन दिनक्रमास सामोरी जातात.

एखादा विनोद मनावरचं निराशेचं, चिंतेचं मळभ सहज दूर करतो. भगवान रजनीशांनाही (ओशो) मानवी जीवनातलं हास्याचं महत्त्व जाणवलं. म्हणूनच त्यांनी आपल्या प्रवचनातून अनुयायांना संदेश दिला–

"लव्ह, लाफ ॲण्ड लिव्ह!"

"हसा आणि हृदयरोग, अल्सरसारख्या रोगांना दूर पळवा."

"हसा आणि लठ्ठ व्हा नव्हे, तर हसा आणि निरोगी राहा!"

हसण्याने चेहऱ्याच्या स्नायूंना होणाऱ्या व्यायामाने चेहरा टवटवीत आणि सुंदर राहतो. म्हणून हसा आणि तरुण राहा!

हसण्याचं शारीरिक, मानसिक महत्त्व माणसाला वेळीच उमगलं म्हणून बरं! नाहीतर वापर न केल्याने माणूस आपलं शेपूट घालवून बसला, तसाच एक दिवस आपलं हसूही हरवून बसला असता.

तसं अघटित घडू नये म्हणूनच.

'हसणाऱ्याने हसत जावे
बघणाऱ्याने बघत राहावे
बघता बघता एक दिवस
हळूच हसणाऱ्याचे हसू घ्यावे.'

फक्त सखी-शेजारणीने नाही तर प्रत्येकानेच!

◆

संवाद

“हॅलोऽऽ विनीऽऽऽ”

दूरध्वनीवरून उत्साहानं ओसंडणारा परिचित आवाज कानी पडताच, “अय्या मधू, अगं कधी आलीस अमेरिकेहून?” माझा सुखद आश्चर्यानं भरलेला प्रश्न.

“अगं, पहाटेच तर आले. कधी एकदा तुला भेटीन आणि सगळं सांगीन असं झालंय बघ!”

“ए, ब्रेकफास्टलाच ये, मलाही तुझं ट्रीपवर्णन कधी ऐकते असं झालंय.” मीही तेवढाच उत्साही प्रतिसाद दिला.

खरंच, काय गंमत असते नाही! माणसाला दुसऱ्यांना काहीतरी सांगण्याची, दुसऱ्याचं ऐकण्याची केवढी ओढ असते! अगदी सहज, स्वाभाविक!

“किती ठरवलं गं, ही गोष्ट कुण्णाकुण्णाशी बोलायची नाही. आजवर नाहीच बोलले; पण आज तू भेटलीस, जिवाभावाच्या गप्पा झाल्या, मग तुला सांगितल्याशिवाय राहवलंच नाही बघ!” गप्पांच्या ओघात शीलू म्हणाली.

दळण दळतादळता मग मनातलं सुखदु:ख व्यक्त करायला ‘जातं’सुद्धा बायकांना आपलंसं वाटे. हेच ‘जात्या ईसवरा कोन्या डोंगरीचा ऋषी, भावाभैनीवानी हुरदं उकलीलं तुज्यापाशी’ या बहिणाबाईंच्या ओवीतून व्यक्त होतं.

असं कुणालातरी काहीतरी सांगावंसं वाटणं, ही तर माणसाची सहजप्रवृत्ती! तसंच दुसऱ्याचं ऐकावंसं वाटणं हीही! यातूनच घडतो

परस्पर संवाद!

संवादाची ही गरज म्हणजे दोन व्यक्तींमधला दुवा! भाषेच्या माध्यमातून तर तो साधतोच, पण भाषा विकसित होण्याआधीपासून माणसामाणसांत संवाद होत असे, तो हावभावाद्वारे! अगदी आजही भाषेच्या प्रगतावस्थेतही कौतुकाची पाठीवर पडलेली थाप खूप प्रोत्साहन देऊन जाते. मानेच्या नकारात्मक हालचालीतून नाराजी व्यक्त होतेच की! कंटाळवाणं भाषण श्रोते टाळ्या वाजवून बंद पाडतात. ही देहबोली 'शब्देविण असा संवाद' साधून जाते. वनचर-जीव संकटाची सूचना देण्यासाठी विशिष्ट ध्वनीतून आपल्या बांधवांशी संवाद साधतात.

आपण तर माणसंच! कुणालाच दीर्घ काळ एकटं राहायला आवडत नाही. भलीबुरी कशीही असो, आपल्याला कंपनी लागते. 'लोकान्त' आवडतो 'एकान्त' शिक्षा असते. मनुष्य हा समाजशील प्राणी आहे, असं म्हणूनच म्हटलं जातं आणि 'समाज म्हणजे परस्परांतला संवाद' अशी व्याख्या सांगितली जाते. एकटं राहिलो की वेड लागायची वेळ येते, कारण परस्परसंवादच खुंटतो. मग माणूस स्वत:शीच बडबडत बसतो.

कधीकधी संवादातला संवादी सूर हरवतो आणि वाद, प्रसंगी वितंडवादही होतो; विसंवाद घडतो. कधी गैरसमजातून, तर कधी दुसऱ्याला काय म्हणायचे आहे ते समजून घेण्यात काहीतरी गफलत होते म्हणून बिनसतं.

"ए, उद्या उषाकडे मिळून जाऊ या?'' नंदानं क्षमाला विचारलं.

"नको बाई, जमेल तसं आपलं आपण जाऊ.'' क्षमानं म्हणताच नंदाला वाटलं ही आपल्याला कटवतीये.

"काय, माझी कंपनी आवडत नाही वाटतं?'' नंदा.

"तसं नाही गं! पण मला जमलं नाही तर तुझंही जाणं होणार नाही म्हणून!'' क्षमानं स्पष्ट केलं.

"असं होय! मला वाटलं मला कटवतीयेस.'' नंदा म्हणाली.

पुष्कळदा एकाच गोष्टीकडे, घटनेकडे समोरचा वेगळ्याच दृष्टीनं बघत असतो. आपण आपल्या विचाराप्रमाणे त्याचा अर्थ लावतो. आपल्याला अभिप्रेत असलेला अर्थ त्याच्या गावीही नसतो. हे आपल्याला

उमगलं की, 'असं होय? मला वाटलं....' असं आपोआप जाणवतं.

वाद टळतो; संवाद साधतो, पण त्यासाठी हवा मनमोकळेपणा! आपल्याला वाटतं ते सांगण्याची, दुसऱ्याला वाटतं ते ऐकण्याची तयारी हवी! हे केव्हा शक्य होतं माहितीये? 'मी' ची झूल टाकून दिल्यावर!

' 'मी' म्हणतो किंवा म्हणते तेच बरोबर! तू गप्प बस! तुला काय कळतंय?' या भावनेनं वागलो, बोललो तर संवाद व्हावा कसा? लहान मुलांना आपण नेहमीच हे किंवा असंच ऐकवतो. तरुणांच्या विषयांना थिल्लरतेचं, वाईटपणाचं लेबल लावून 'आमच्या वेळी'ची रेकॉर्ड सुरू करतो. ती मंडळीही ते निमूट ऐकतात किंवा ऐकून न ऐकल्यासारखं करतात. इथं घडतो तो एकमार्गी संवाद! वर आपण कौतुकानं म्हणतो, "आमचा मुलगा इतका गरीब आहे. आमच्यासमोर मान वर करून ब्र काढत नाही हो!" कधीकधी तर "मीच का आपणहून जाऊ बोलायला?" अशा विचारांनी वर्षानुवर्षं नावानिशी ज्याला ओळखतो, त्या व्यक्तीशी आपण अक्षरही बोलत नाही. पण याऐवजी आपण पुढाकार घेऊन ती व्यक्ती समोरून येताना तिच्याकडे पाहून हसलो, तर त्या व्यक्तीच्या ओठीही हसू फुटलेलं दिसतं. एक सुरेल संवाद सहज साधतो.

आपल्याकडे बोलक्या, हसऱ्या व्यक्तीपेक्षा मितभाषी, गंभीर व्यक्ती आदरणीय मानल्या जातात; पण अशा व्यक्तींपासून आपण जरा दबून, दूरदूर राहतो, तर बोलक्या, हसऱ्या व्यक्तीशी कसा पटकन संवाद साधतो! आपल्याला एखादी गोष्ट जेव्हा मनापासून भावते, तेव्हा जर त्याला मन:पूर्वक दाद दिली, तर नवा भावबंध जुळतो किंवा जुना संवादी सूर गहिरा होतो. कुणाच्या यशाला अभिनंदनाचा प्रतिसाद देणं, वाढदिवसादिवशी आठवणीनं अभीष्ट चिंतणं, वयानं लहान असली तरी जर त्या व्यक्तीचं बरोबर असेल तर वयाचा मोठेपणा आड येऊ न देता मान्य करून बघा, संवाद साधतो की नाही!

चित्रकाराची कलाकृती, नृत्यांगनेचा भावाविष्कार, अभिनेत्याचा अभिनय, साहित्यिकाची साहित्यकृती, गायकाचा स्वर यातून ही कलावंत मंडळी भाषा-प्रांत-कालातीत असा संवाद रसिकांशी साधत

असतात. रसिकांची मनापासून उत्स्फूर्त अशी दाद जेव्हा मिळते, तेव्हा हे संवादाचं आवर्तन पूर्ण होतं. कलावंत आणि रसिक यांच्यात निर्माण होतं संवादी नातं!

◆

धर्म

"ए आजी, मला जरा हेल्प कर ना, हा फॉर्म भरायला!" पाच-सहा वर्षांचा सोहन हातातला फॉर्म नाचवत म्हणाला. "नाव, बर्थप्लेस, बथडेट लिहिलीये मी हं, आता सांग धर्म कोणता लिहायचा?"

"धर्म...अं... अरे, आपण माणूस आहोत ना! मग माणुसकी, मानवता हाच आपला धर्म की!" मी अर्धवट त्याच्याशी, अर्धवट स्वत:शी म्हणाले.

"ह्यँ! असला धर्म नाही गंऽऽ! माणुसकी? हा कुठला धर्म? आता शेजारच्या रॉड्रिक्स आँटी कसं म्हणतात खिश्चन धर्म तसं."

तेवढ्यात समोरच्या अस्पाकने सोहनला खेळायला हाक मारली. ती ऐकताच फॉर्मचा फडफडता कागद आणि त्याच्या शंकेचं धर्मसंकट माझ्या अंगावर भिरकावून स्वारी बाहेर पळाली.

मी मात्र धर्माच्या चक्रीवादळात हेलपाटत राहिले.

मी सांगितलेला मानवता, माणुसकी हा धर्म सोहनला पटला नाही. कदाचित त्यानं पटवून घेऊन लिहिलंही असतं तसं, तरी टीचरला ते पटलं असतं? पचलं असतं? त्या शिक्षिकेलाच का, देशाचा गाडा हाकणारे सुजाण नेते, धर्म संकल्पनेवर रण माजवणाऱ्या धर्ममार्तंडांना तरी कुठं पटतंय? बायबलमधल्या दहा आज्ञांमध्ये शेजाऱ्यावर प्रेम करा, ही आज्ञा आहे, तर 'विश्वातील भूतमात्रावर दया करा.' म्हणून भगवंतांनी भूतदयेची महती सांगितलीये. रमजान म्हणजे फक्त उपवासाचाच महिना नाही, तर शांती, सौजन्याचा संदेश पैगंबरांनी दिलाय. तरीही धर्माचे कट्टर उपासक म्हणवणारेच धर्मरक्षणाच्या नावाखाली धर्मतत्त्वांविरुद्ध

वागताना दिसतात, तेव्हा धर्म म्हणजे काय, हाच प्रश्न पडतो?

'धर्म एव समस्तानां दुःखानां शमनौबधम।' असं महाभारत सांगतं, पण आज मात्र अनेक संघर्षांचं कारण धर्माला केलेलं दिसतं! असं का? असं कसं? धर्म म्हणजे नेमकं काय? एकनाथ महाराज एकदा नदीवर स्नान करत असताना एक विंचू त्यांना दंश करतो. ते त्या विंचवाला जीवनदान देण्याच्या हेतूनं जमिनीवर सोडावं म्हणून हातात पकडतात. विंचू नांगी मारतो. त्या प्रकारात तो पाण्यात पडतो. नाथ पुन्हा त्याला पाण्यातून काढतात जमिनीवर सोडावं म्हणून. तत्काळ विंचू हाताला दंश करतो. दंशाबरोबर हाताला बसलेल्या झटक्यामुळं तो पुन्हा पाण्यात पडतो. बऱ्याच वेळा हा प्रकार पाहणाऱ्या काठावरच्या माणसाला राहवत नाही.

तो म्हणतो, "नाथ, तुम्ही विंचवाचा जीव वाचावा म्हणून त्याला बाहेर काढताय आणि तो दंश करतोय. मरू दे की त्याला!"

त्यावर "अरे, एक यत्किंचित जीवही त्याचा नांगी मारण्याचा धर्म सोडत नाही, मग मी तर माणूस! माझा जीव वाचवण्याचा धर्म कसा आणि का सोडू?"

असाही धर्म असतो.

"ही तरुण पोरं कानात वारं भरल्यासारखी वाहनं चालवतात, जशी वाऱ्याशी स्पर्धा करतात. कितीही सांगा "अरे, जरा बेतानं!" पण नाही."

"अहो, हा तरुणाईचा स्वभावधर्मच आहे. आठवा जरा आपलं तारुण्य!"

"बरोबर!"

"आणि संयम, सतर्कता आपल्या चाळिशीचा धर्म!"

"विसरलोच! वयाचाही धर्म असतो."

पण वयाचाच का, स्त्रीधर्म, पुरुषधर्माचाही अनुभव आपण घेतोच की! अगदी स्त्रीमुक्तीचा, स्त्रीवादाचा पुरस्कार, स्त्रीवरच्या अन्यायाचा हिरिरीनं धिक्कार करणारी पुरोगामी स्त्रीही चहापानानंतर पुरुष मंडळींनी इकडंतिकडं टाकलेले कप तिच्याही नकळत व्यवस्थित गोळा करते, तेव्हा पुरुष आणि स्त्री दोघांच्याही धर्माचं अभावित दर्शन घडतं.

शौर्यासाठी सिंह, भेदभाव-विरहीत, निरपेक्ष वर्तनासाठी निसर्गातल्या

भूमी, सूर्य, नदी, वृक्ष यांच्या उपमा दिल्या जातात, तेव्हा उपमान आणि उपमेयाचा 'धर्म'च अधोरेखीत करण्याचा प्रयत्न असतो.

लेखणीच्याद्वारे नि:स्पृहपणे अन्यायाविरुद्ध आवाज उठवणं, जनतेच्या हिताचं रक्षण हा पत्रकारितेचा, तर शस्त्राच्या बळावर देशरक्षण करणं हा सैनिकाचा धर्म सांगितला जातो. विद्यादान गुरूचा धर्म, तर मन:पूर्वक विद्यार्जन शिष्याचा धर्म असं म्हटलं जातं; पण आज विद्यार्थी विद्यार्जन सोडून अनेक गोष्टी करताना दिसतात, तर गुरू पैशाच्या मोबदल्यात ज्ञानदानापेक्षा गुणदानच नव्हे, तर पदवीदान करताना दिसतात.

पत्रकार जनतेचेच घटक म्हणून स्वहिताचं रक्षण करताना आढळतात. सत्ताधीश आपली गरिबी हटवून लक्षाधीश बनतात आणि धर्माच्या नावाखाली घडणाऱ्या दंग्याधोप्यात, जाळपोळीत पोळणारे जीव मात्र या धर्मयुद्धात (!) अहिंसा, शांती, प्रेमाचा संदेश देणाऱ्या धर्माला सैरभैर होऊन शोधत राहतात.

'धर्म म्हणजे काय?'चा मूक टाहो फोडत!

◆

चोरकप्पा

“युरोप टूरला जाताय म्हणे!” चौकशी स्पेशालिस्ट आणि विषय कोणताही असो, ऑल राऊंडर सल्ला विषेशज्ञ बाबूरावांनी विचारलं.

“हो, परवा निघतोय.”

“बरं झालं वेळेवर आलो ते! वहिनी, प्रवासात सामान सांभाळा! आणि त्याहीपेक्षा पैसे, पासपोर्ट, व्हिसा अहो, हे सलामत तर प्रवास, नाहीतर सगळीच बोंब! आमच्या पुतणीच्या नणंदेसारखं! तुसाच्या म्युझियममध्ये पुतळे बघताना एवढी भारावली की, हिचाच पुतळा झाला. बाहेर आल्यावर कळलं की, खांद्याची पर्स गुल! लंडनहूनच बॅक टू पॅव्हॅलियन! तरी जाताना बजावलं होतं, बरं मी! बाई गं, सगळ्या कुडत्या-सलवारींना चोरकप्पे शिव. नवऱ्याच्या गंजीफ्रॉक, बंड्यांना चोरकप्पे घे शिवून. वहिनी, तुम्ही काय केलंत तुमच्या कपड्यांना?”

“अहो, आता साडीला कसे शिवणार चोरकप्पे? ते चोरालाच काय आंधळ्यालाही कळतील.”

“अहो, तुम्ही साडीचं जाऊ द्या हो.”

“आँ?”

“म्हणजे साडी जाऊ दे. ब्लाऊजला, परकरला शिवा चोरकप्पे. चोरांना असं गंडवलं नाही तर आपल्याला ते गंडवतात. हातोहात.”

चोरांना असं गंडवण्यासाठी आमच्या मामांकडे असलेल्या तिजोरीला तळाशी सहा-आठ इंच खोलीचा असाच एक चोरकप्पा होता. तिजोरी उघडल्यावर लॉकर, लॉकरच्या पोटात मिनी लॉकर ही नेहमीचीच रचना होती. तिजोरी उघडल्यावर घरातल्यांनाच काय, पण चोरालाही या

तळातल्या चोरकप्प्याची कल्पना येणं शक्य नव्हतं. पण कुणास ठाऊक, कोणा घरभेद्याला त्याचा कसा पत्ता लागला? त्याचा पत्ता मामांनाही लागला नाही. एक दिवस पुजेसाठी दागिने काढण्यासाठी मामांनी चोरकप्पा उघडला आणि रिकाम्या चोरकप्प्यानं चोरीचं रहस्य उघड केलं.

आमच्या जुन्या वाड्यातही जिन्याच्या तबकडीत (जिन्याच्या शेवटच्या आणि नंतरच्या पहिल्या पायरीतील जागेतील छोटासा चौकोन) चौकोनी फळी होती आणि तिच्या खाली होता तळघराचा चोरकप्पा! अगदी मुद्देमाल, दागदागिने, ऐवज, तपेली-घागरी पेट्यातून या तळघरात ठेवत. घरातल्या कर्त्या पुरुषाशिवाय कुणालाही सुगावा नसे. वाडा पाडून अपार्टमेन्ट व्हायच्या वेळी या पुरुषभर खोलीच्या चोरकप्प्याचं गुपित पंचविशी-तिशीतल्या आम्हा पोराबाळांना कळलं.

तसे आई-आजीचे चोरकप्पे वेणी फणीची फणेर पेटी, हिंगाच्या डब्या, कपड्यांच्या घड्या, धान्याचे डबे... अर्थात चोरांनाही या चोर कप्प्यांची माहिती असणारच! कारण त्यांच्या बायकाही त्यांनी चोरून आणलेल्या पैशातले पैसे त्यांच्यापासून चोरून अशाच कुठल्यातरी चोरकप्प्यात दडवत असणार! आजही जुने वाडे पाडताना जमिनीच्या पोटातल्या चोरकप्प्यात हंडेकळशा किंवा डब्यात दडवलेलं घबाड मिळण्याची शक्यता गृहीत धरून आधीच हिश्शाचं बोलणं होतं.

चोरांपासून धनद्रव्य दडवण्यासाठी चोरकप्प्यांची कल्पना आपण समजू शकतो; पण कधीकधी चोरांनाही पोलिसांपासून माल दडवावा लागतो आणि त्यासाठी रेल्वेच्या काही डब्यांचा उपयोग चोरकप्पा म्हणून केलेला बघताना आमची तर बोलतीच बंद झाली. केवळ विस्फारलेल्या डोळ्यांनी आऽऽ वासून बघत राहिलो.

तीन सुखिया मेल. सकाळी सहा-सातचा सुमार पाच-सात जणांचा गट गाडीत घुसला. बाकाखालचं आमचं सामान भराभर सरकवून नट-बोल्ट-स्क्रू... आपापल्या हत्यारांनी त्यांनी काढले. पट्ट्या सरकावल्या. साधारण एक फूटभर खोलीच्या चोर कप्प्यातून भराभर रिबोकचे बूट, ट्रान्झिस्टर्स, वॉकमन, इंपोर्टेड कपडे अन् काय काय उपसत होते. साथीदारांच्या बॅगेत कोंबण्याचं काम सटासट उरकलं जात होतं, एक शब्दही न उच्चारता. यात दोन-तीन महिलाही होत्या. पाच मिनिटांत काम संपलं. बाकाखालच्या पट्ट्या पूर्ववत! चोरकप्प्याची शंकाही येऊ

नये. गाडी थोडी स्लो झाली. पटापट सगळ्यांनी सामानासह उड्या टाकल्या, तरी आमची तोंडं वासलेलीच.

बाह्य जगातले हे चोरकप्पे निदान दिसतात तरी, पण मनाच्या तळातले चोरकप्पे... त्यात दडलेली प्रेमभंगाची कहाणी, अपमान-मानहानीचा प्रसंग, कधी कुणी आपल्याला तर कधी आपणही कुणाला फसवल्याचं रहस्य, असूया-वैरापोटी मनातल्या मनात का होईना, कुणाचं क्षणिक का होईना अनिष्ट चिंतिलेलं, कुणाच्या दु:खाला प्रत्यक्ष-अप्रत्यक्ष का होईना कारणीभूत झाल्याची खंत फक्त आपल्याला आणि आपल्यालाच ज्ञात असते. मनाच्या चोरकप्प्याच्याही चोरकप्प्यात दडलेलं-दडवलेलं. चोरांपासून नव्हे, तर अगदी आपल्या माणसांपासूनही जपलेला, लपवलेला प्रत्येकाच्या मनातला चोरकप्पा!

◆

खरं काय?

दीपक आणि ज्योती, एकमेकांवर विलक्षण प्रेम करणारं जोडपं! त्यांचं लग्नही प्रेमलग्न! तीन वर्षांत कधी कुणी सासरमाहेरच्यांनी, सख्ख्या शेजाऱ्यापाजाऱ्यांनी भांडणतंटे, रुसवेफुगवे ऐकले, पाहिले नव्हते. तीन वर्षांनंतरही एकत्र हिंडणंफिरणं, अगदी नव्यानव्हाळीच्या उत्साहानं चालू होतं. मित्रमैत्रिणींचा राबता कायम! एक दिवस पहाटे घरातून धुराचे लोट, ज्वाळा!

ज्योतीचा जळून मृत्यू! काही तासात अवतीभवती चर्चेचं वादळ!

"रात्री गॅस लिक झाला म्हणे. पाणी प्यायला उठलेल्या ज्योतीनं लाइट ऑन केला आणि भडका उडाला म्हणे."

"म्हणजे अपघात...."

"छे! कसलं गॅस लिकेज, गेले काही दिवस ज्योती खूप अपसेट वाटत होती. मी विचारलंही तिला, तिनं धड काही सांगितलं नाही, पण डिप्रेस वाटली."

"म्हणजे आत्महत्या असावी."

"ह्यॅऽऽ ज्योती चांगली टफ होती हं! मी कॉलेजपासून ओळखते तिला. जीवनातला आनंद सर्वार्थानं घेणारी मुलगी होती ती! दीपकला त्याच्या मोकळेपणाबद्दल, मैत्रिणींबद्दल ठणकवायला कमी करत नव्हती. माझ्या समोरच डॉलीवरून एकदा कडाक्याचं भांडण झालं."

"म्हणजे दीपकनंच जाळलं?"

चर्चेचं वादळ शमलं काही काळानं. पोलीस दफ्तरी 'अपघाती मृत्यू'ची नोंद होऊन फाइल बंद झाली. तरी अजूनही ज्योतीचा विषय

निघाला की, मन अस्वस्थ होतं. खरं काय? की खरं कारण अज्ञाताच्या पेटीतच राहाणार, हे आणि एवढंच खरं?

"ईश्वरसाक्ष खरं सांगेन...." याला आणखी, "खोटं सांगणार नाही." याची जोड देऊन खटल्याशी संबंधित आरोपी, फिर्यादी, साक्षीदार, पोलीस सारे काही ना काही सांगत असतात. फायली भरभरून 'खऱ्याचा डोंगर' रचला जातो.

तुमच्या-आमच्यासारख्यांना प्रश्न पडतो, "अरे, यातलं नेमकं खरं काय?" आणि आठवते लहानपणी वाचलेली, हत्ती आणि सात आंधळ्यांची गोष्ट! हत्तीच्या भोवती गोळा झालेले आंधळे हत्तीचं वर्णन करतात.

"हत्ती म्हणजे खांबासारखा प्राणी आहे."

"छेऽ रेऽ हत्ती एक सोंडेसारखा प्राणी."

"हत्ती म्हणजे लांबलांब केसांचा गुच्छ."

प्रत्येकाचा हत्ती खराच, पण त्यांच्या त्यांच्यापुरता. त्यांच्या त्यांच्या दृष्टिकोनातून!

वृद्धांची घरात होणारी उपेक्षा, सासूसुनांमधले मतभेद, मुलांचं नवं जग, वृद्धांचं गतजीवन – आम्ही वडलांच्या आज्ञेत असायचो, तोंड वर करून बघत नव्हतो, तर उलटून बोलणं वगैरे... हे जर खरं, तर त्यांच्या वडलांचीही तरुण पिढी 'उद्धट' ही तक्रार का? खरं काय? की प्रत्येक तरुण पिढी उद्धट हे खरं? आणि आजचे तरुण वयस्कर झाले की 'आज्ञाधारक' बनतात! छे, हा खऱ्याचा घोळ उलगडतच नाही. कजाग सासू, सोशिक सून हे चित्र रोल बदलताच बघताबघता ट्रान्सफर सीन! ती सोशिक सून, खरी कजाग सासू?

अध्यात्मात तर या सत्यमिथ्याच्या चक्रानं भोवळच येते. समोर दिसणारी वस्तू, देहधारी मनुष्यप्राणी हे सारं 'मिथ्याजगत्' आणि कधीच कुणाला न दिसणारा 'आत्मा' चिरंतन, सत्य म्हणे! यातलं 'खरं काय?' सांगतासांगता चारही वेद थकले 'नेति नेति' म्हणत राहिले. त्यामुळं 'खरं काय?' हा प्रश्न तुमच्या-माझ्यासमोर न सुटता उभा आहे.

आईवडलांच्या संस्कारामुळं मुलं घडतात, असं म्हणतात; पण अवतीभोवती कधीकधी चांगल्या घरातली, संस्कारातली मुलंही बिघडलेली दिसतात. एकाच घरातल्या दोन मुलांमधला एक चांगला निघतो, नाव कमवतो, तर दुसरा घराण्याच्या नावाला काळं फासतो. अशा वेळी खरं

काय? आईवडलांचे संस्कार कमी पडले की ते घेण्यात दुसरा मुलगा कमी पडला?

नाही. निर्णायक उत्तर, निष्कर्ष नाही काढता येत. 'खरं काय?' या प्रश्नचिन्हाच्या विळख्यात नेहमीच अडकायला होतं. अमुक एक बाजू खरी मानावी, तर समोर दुसरी बाजू 'कसं चकवलं?' म्हणत वाकुल्या दाखवत चिडवत असते.

निवडणुकीच्या वेळी सत्ताधारी-विरोधक उमेदवार हिरिरीनं आपापली बाजू मांडतात. त्या वेळी श्रोत्यांना ते पटतं, टाळ्यांचा कडकडाट होतो; पण मतदानाच्या वेळी 'खरं काय?' प्रश्नचिन्हच! मग प्रत्येक उमेदवाराच्या पुढं निवडणूक चिन्हाऐवजी प्रश्नचिन्हच दिसायला लागतं. खरंच खऱ्याचंच काही खरं नाही. खरं ना?

◆

भविष्य

भविष्य! प्रत्येक वस्तूमात्राच्या अस्तित्वाशी प्रारंभापासून अंतापर्यंत जुळलेली, जखडलेली संकल्पना. अविभाज्य भाग! भूत आणि वर्तमानाला अज्ञाताच्या प्रदेशात नेऊन सोडणारा काळाचा धागा! जो कवेत येताना, अनुभवताना असतो वर्तमान आणि त्या अनुभवातून बाहेर येताच ओळखला जातो भूत म्हणून!

प्रत्येकाच्या भावविश्वाला उद्या काय होणार? काय घडणार? याचं प्रश्नचिन्ह कायम वेढून असतं. जमिनीला किंवा समुद्राच्या जलरेषेला टेकलेली दिसणारी आकाशाची कड क्षितिजाचा अंत लागू देत नाही. तसाच भविष्याचा वेध भविष्यवेत्ते म्हणवणाऱ्यांनाही अचूकपणे घेता येत नाही. तरीही भविष्यात डोकवण्याची, आजच 'उद्या'ला जाणून घेण्याची जबरदस्त इच्छा, उत्सुकता, जिज्ञासा माणसाला स्वस्थ बसू देत नाही. मग तो तुमच्या-आमच्यासारखा सामान्य माणूस असो की कर्तृत्वाची असामान्य पताका आपल्या क्षेत्रात फडकवणारा!

जगाला दुसऱ्या महायुद्धाच्या खाईत लोटणारा, आपल्या क्रूरकर्मांनी आणि दहशतवादाने अवघ्या युरोपचा थरकाप उडवणारा, जर्मन विरोधकांचं भविष्य पायाखाली चिरडणारा आणि जर्मनीचं अधिपत्य जगावर प्रस्थापित करण्याचं भविष्य रंगवणारा हिटलर! याला विद्युत्‌शक्तीवर फिरणाऱ्या ग्रहांवरून आपलं भविष्य जाणून घेण्याचं विलक्षण वेड होतं. त्याचा ज्योतिषी कार्ल! हिटलरच्या खालोखाल थर्ड राईशमध्ये त्याचंच वजन होतं म्हणे! फ्रान्समधल्या 'नॉस्टरडॅम'नं वर्तवलेली भविष्यवाणी आणि त्यावर विसंबून असणारी राजघराणी! संख्या, हस्तरेषा, चेहरेपट्टी,

नाव, आवडनिवड, जन्मवेळ, तारखेवरून रास ठरवून राशीभविष्य सांगणारे, इतकंच नव्हे, तर बावन्न पत्त्यांच्या शिडीवरून भविष्यात डोकावण्याचा प्रयत्न करणारे आणि भविष्य जाणण्याच्या पराकोटीच्या जिज्ञासेनं या भुलभुलैय्यात अडकणारे काही फक्त आपण भारतीय नाही, तर चंद्र-मंगळावर स्वारी करणारे, माहिती-तंत्रज्ञानातील अग्रणी अमेरिकन आणि जपानीही आहेत. भविष्यातील अशुभ टाळण्यासाठी १३ आकडा आजही टाळला जातो.

भविष्याची चाहूल घेण्याचा खटाटोप आणि ते शुभदायी, यशस्वी बनवण्याची धडपड करताना अनेक मोठे नेते महात्म्यांचा आशीर्वाद घेतानाची छायाचित्रे वृत्तपत्रांतून झळकलेली आपण पाहतो.

नव्या चित्रपटाच्या मुहूर्ताचा दिवस आणि वेळ शोधणारे, कटाक्षानं पाळणारे, चंदेरी तारे-तारका, निर्माते भविष्याच्या चिंतेनं झाकोळलेले असतात. तीर्थस्थानांची भेट, बोटात झळकणाऱ्या विविधरंगी रत्नांच्या अंगठ्या म्हणजे उज्ज्वल भविष्यासाठी लावलेला कौलच की!

तुमच्या-माझ्यासारख्यांच्या खिशाला हे सारं न परवडणारं आणि बुद्धीलाही एकदम न पटणारं! आणि तरीही....

दररोजच्या वर्तमानपत्रातलं 'दिनमान', 'आजचा दिवस'सारखं दैनंदिन भविष्याचं सदर असो की दिवाळी अंकातलं घाऊक वार्षिक भविष्य, आपल्या राशीपुढच्या मजकुरावर डोळे स्थिरावतात. नजर अडखळतेच! यात काही अर्थ नाही, असं पुटपुटत आपण वाचतोच की!

माणसाच्या कुतूहलाला चाळवण्याची शक्ती असलेलं भविष्य कणखर माणसाच्या निर्धाराला बळ देणारं, आनंदी, यशस्वी उद्याची स्वप्नं रुजवणारं, फुलवणारं भविष्य! तर मनाच्या दुबळ्या माणसांना चिंतेनं, भीतीनं खचवणारं भविष्य! आनंदाचा पेला होऊन वर्तमानात टाकलेल्या भविष्यालाही 'आता ठीक आहे, पण उद्या काही विपरीत तर घडणार नाही?' या काळजीच्या किनारीनं काळवंडलेलं भविष्य!

तसं तर सदैव अज्ञाताच्या अंधारात बुडालेलं! 'आता पेशंट आऊट ऑफ डेंजर आहे. पुढची दहा वर्षं चिंता नाही.' म्हणून डॉक्टरांनी ग्वाही द्यावी आणि डॉक्टरांच्या वैद्यकीय ज्ञानाला, अंदाजाला, उपचारांना आव्हान देत पेशंटनं दहा तासांच्या आत जगाचा निरोप घ्यावा. भविष्यातलं भीषण वास्तव वर्तमान करून टाकावं.

भविष्याचे रचलेले सारे इमले अनपेक्षितपणे एका फटक्यात कोसळावेत, तसं दहा मिनिटांच्या त्सुनामी संहारानं अज्ञात भविष्याचं संहारक, रौद्र दर्शन घडवावं किंवा दारिद्र्याला सरावलेल्याला अवचित लॉटरी लागावी आणि भविष्यानं त्याच्यासाठी अलिबाबाची गुहा उघडावी! सारंच अजब, अकल्पित, अतर्क्य! मानवी बुद्धीच्या विचाराच्या पलीकडचं! त्याच्या 'अहं'ला छेद देणारं! कधी सुखावणारं, तर कधी दुखावणारं! कधी हुरळवणारं, तर कधी होरपळवणारं भविष्य ज्याचं त्याचं! आणि तरीही त्याच्या आवाक्याच्या कक्षेपलीकडचं!

♦

नातं

गाडीनं आता बऱ्यापैकी वेग घेतला होता. प्रवासी मंडळी स्थिरस्थावर झाली होती. सहप्रवाशांची आपसात कोण? कुठल्या? कुठे जाणार? अशी वास्तपुस्त सुरू होती.

"अगं बाई, गानू का? भय्यासाहेब गानू...."

समोर बसलेल्या आजीच्या प्रश्नाला प्रश्न पूर्ण होण्याच्या आतच "माझे चुलत काका." त्या सहप्रवासीनं पटकन सांगितलं.

"काय सांगतेस काय? अगं, माझ्या नणंदेच्या भाचीची बहीण त्यांच्या मधल्या मुलाला दिलीये."

आजींनी असं म्हणताच, "अय्या, म्हणजे वृंदावहिनी?"

"हो, हो वृंदाच!"

"अय्या! कित्ती गंमत नै! म्हणजे आपलं नातंच निघालं का!"

"हो ना, बरं झालं बाई! प्रवासात आपलं माणूस सोबतीला भेटलं."

संवाद ऐकताना मनातल्या मनात मला हसू आलं. चुलत-मामे नात्याच्या गुंत्यातला एक पदर हाती लागताच इतका वेळ एकमेकींना अनोळखी असणाऱ्या त्या दोघींमध्ये क्षणात आपलेपणाचं नातं जडलं.

नात्याची जादू खरंच इतकी विलक्षण असते? प्रत्येक जण आपला 'मी'चा पदर नात्याच्या गोफात गुंफायला इतका आसुसलेला असतो!

अस्तित्वाच्या पहिल्या हुंकाराबरोबर आईशी जोडली जाते रक्ताच्या नात्याची नाळ! आणि माणूस जन्माला येतो, तोच मुळी आई-बाबा, आजी-आजोबा, काका-काकू, मामा-मावश्या, बहीण-भावंडांच्या नात्यांचा

फुलोरा घेऊन! कर्णाच्या कवचकुंडलांसारखा जन्मत:च लाभलेला हा ठेवा! हवं की नको, नो चॉईस! क्वचित कधी या नात्यातला पीळ वेदनादायी असेलही, पण तरीही त्याची अनावर ओढ अमान्य नाही करता येत. भिक्षुकांकडल्या नामावळ्या, कुलवृत्तान्तातल्या पूर्वजांचा शोध घेतानाही त्यामागे असतो तो हाच नात्याचा चिवट धागा!

पण माणूस केवळ रक्ताच्या नात्यातच गुंततो, असं नाही. मनामनाच्या भावबंधातून जुळतात ती मनाची नाती! 'ब्लड इज थिकर दॅन वॉटर' असं इंग्रजीत आणि 'कापलं तरी आपलं' असं मराठीत म्हणतात, पण कधीकधी यातून सूचित केलेल्या रक्ताच्या नात्यापेक्षा मानलेली नाती भारी ठरतात. ही मनाची मनानं मानलेली नाती!

स्वत:चा विशिष्ट हट्ट म्हणून घर सोडणारा, आईवडलांसह सारी रक्ताची नाती तोडणारा श्रीकांत, गद्रे पतीपत्नीशी त्याच मुलाचं नातं जडतं. त्यांना भेटायला तो अमेरिकेहून येतो तेव्हा हे बघताना 'ऋणानुबंधाच्या कुठून पडल्या गाठी' या ओळी आपोआप ओठांवर येतात.

जडणाऱ्या नात्याला मनाचा कौल मिळतो. मनं जुळतात, मतं पटतात आणि मग नात्यातल्या मैत्रीचा किंवा मैत्रीच्या नात्याचा संवादी सूर लागतो. इथं 'का?' या प्रश्नाला उत्तर नाही.

श्रीकृष्ण खरंतर पाचही पांडवांचा मामेभाऊ! रक्ताच्या नात्यानं! पण अर्जुनाचा मात्र जिवलग सखा! असं का?

आपल्याही जीवनात अनेक व्यक्ती येतात. त्यातल्या काहींबद्दल अकारण अप्रीती वाटते, तर काही मात्र मनाचा एक कोपरा व्यापून टाकतात. त्यांना सारंकाही माफ! अनेकदा जात-धर्म, भाषा, प्रांत, वय यातल्या फरकाचा अडथळाही न जाणवता ही नात्याची निरगाठ घट्ट-घट्ट होते. या ऋणानुबंधाच्या गाठीचं नातं गतजन्माशी तर नसावं?

मग अशा या मनाच्या मनाशी जडलेल्या नात्यात देव भक्तासाठी युगे अठ्ठावीस विटेवर तिष्ठत राहतो, मीरेसाठी विषाचा प्याला पितो, जनाईसंगे दळण दळतो आणि दामाजीसाठी विठू महारही होतो. कुठे गुरुशिष्य नात्यात कल्याणस्वामी समर्थांना आराम मिळावा म्हणून त्यांचं पिकलेलं गळू चोखतात.

काही नाती तर इतकी तरल असतात की, कोणतंही लेबल लावून

व्यावहारिक चौकटीत दडपून बसवली तर विसकटून जातात. त्यांच्या अनामपणात त्यांची सहजता असते आणि नातं काय फक्त व्यक्तीशी असतं? ते वास्तूशी असतं, भाषेशी असतं! मातीशी असतं! म्हणून तर तीन वर्षांनी एकदा जर्मनीहून इथं येणारी मोना जाताना घराच्या कानाकोपऱ्यातून चक्कर मारते. गाडीत बसताना भरल्या डोळ्यांत सारं घर साठवून घेत निरोपाचा हात हलवते. महिन्या-दोन महिन्यांतून एखादं पत्र आवर्जून मराठीतून लिहिते; अक्षरांशी असलेलं नातं जपण्यासाठी.

नात्याची ही वीण आपल्या माणसांपुरतीच मर्यादित न ठेवता अवघ्या विश्वाला नात्याच्या कवेत घेणाऱ्या ज्ञानेश्वर माऊलींसारख्या विभूती या जगात असतात. 'वृक्षवल्ली वनचरांशी सोयरिक' साधणारे तुकारामही असतात. धर्माची कक्षा ओलांडून, भूभागाच्या सीमा उल्लंघून कोलकात्यातल्या रंजल्यागांजलेल्यांवर मायेची पाखर घालून आईचं नातं जोडणाऱ्या मदर तेरेसा नात्यातले अनाकलनीय पदर उलगडून जातात.

नातं! रक्ताचं! भक्ताचं! मैत्रीचं! मनानं मानलेलं, मनाशी जुळलेलं! कधी पूर्वजन्मीच्या ऋणानुबंधाशी निगडित! कधी सहवासातून फुलणारं, तर कधी दूरस्थ असतानाही मनाचा कोपरा व्यापणारं! कधी नात्याच्या नावाचं लेबल असलेलं, तर कधी अनाम! अनेक पदरांचा, नात्याचा, सुंदर गोफ माणूस आपल्या अस्तित्वाच्या पहिल्या हुंकारापासून अखेरच्या श्वासापर्यंत गुंफत असतो. त्यातूनच तर जीवन फुलत असतं! खुलत असतं!

◆

बदल

लग्नानंतर नवऱ्याबरोबर अमेरिकेला गेलेली शर्वरी पंधरा-सोळा वर्षांनी भारतात आली. माहेरच्या भेटीत जुन्या आठवणींच्या पाऊलखुणा शोधण्याच्या ओढीनं बाहेर पडली!

"ए, चल! शाळेत जाऊ या आपल्या! हो आणि यशवंत व्यायामशाळेतही चक्कर मारू! ते तिथलं मोठ्ठं चिंचेचं झाड! केवढ्या कोवळ्या चिंचा गोळा करायचो आणि बकरीसारखा कोवळा चिंचेचा पाला ओरबाडून खायचो, नाही! प्रधानांच्या बंगल्यातलं बकुळीचं झाड...."

जुन्या खुणांचे पत्ते शोधताना बिच्चारीला समोरच्या नव्या खुणा पटत नव्हत्या. भांबावलेली, हरवलेली शर्वरी बकुळीच्या झाडाच्या जागी उभं असलेलं टोलेजंग प्रधानपार्क, चिंचेच्या झाडांच्या जागी दिसत असलेला जॉगर्स ट्रॅक खुळावल्यागत बघत राहिली. पंधरा-सोळा वर्षांनंतरही सगळं तसंच असेल, या कल्पनेला वास्तवानं धक्का दिल्यानं ती चक्रावून गेली.

खरंतर तसं यात धक्कादायक काहीच नव्हतं! अवतीभोवती सतत बदल होत असतो, अगदी स्वाभाविकपणे! खुद्द शर्वरीतही केवढा बदल झाला होताच की! बदल हा साऱ्या सृष्टीचा स्थायीभावच नाही का? उत्पत्ती-स्थिती-लय आणि त्या लयानंतर पुन्हा उत्पत्ती. उन्हाळा, हिवाळा, पावसाळा, वसंत, गीष्म, वर्षा, शिशिर, हेमंत. सृष्टीचं हे सदैव फिरणारं चक्र! हे चक्र सतत फिरता-फिरता एकच गोष्ट सांगतं, 'इथं काहीच चिरंतन नाही.'

असेलच काही चिरंतन, अपरिवर्तनीय तर तो आहे 'बदल!' आजचं उद्या नाही आणि उद्याचं परवा नाही! 'जुनं ते सोनं' असं आग्रहानं म्हणणाऱ्या मंडळींनी आपल्या काळात जुनं टाकून नवं अंगिकारलेलं होतंच की! मातीत पेरलेलं बी मातीतच दडून राहत नाही तर अंकुर, अंकुराचं रोप, रोपाचा पानाफुलांनी बहरलेला वृक्ष होतो, तर काही वृक्ष त्या एका बीजाच्या अनेक अंशांना फळात सामावून सृजनाचा साक्षात्कार घडवतात. एका बीजाचे हे नवनवोन्मेष!

सृष्टीतल्या चराचरात हे 'बदला'चं तत्त्व अंगभूत आहे. हिमालयाच्या कुशीतून रोरावत निघालेली, प्रपातरूपात कोसळणारी गंगायमुनांची अवखळ आक्रमक रूपं त्रिवेणी संगमावर प्रौढ पुरंध्रीसारखी शांत, धीरगंभीर होतात. चैत्राची लालगुलबट कोवळी पालवी, उन्हापावसात रापत काळपट, रापट होते आणि हिवाळ्यात पिवळी पानं अलगद गळून पडतात. बहरलेला वृक्ष रूक्ष होतो. हो, पण हे रूपही पालटतं वर्षेच्या शिडकाव्यानंतर!

पाळण्यातल्या तान्हुल्याचं रंगरूप तर आपल्या डोळ्यांसमोर दिसामासी पालटत असतं! फक्त तो बदल खूप दिवसांनी बघणाऱ्यांना जाणवतो.

"बाप रे! केवढा बदललायस! रस्त्यात अवचित भेटला असतास, तर ओळखलाही नसतास!"

शारीरिक नव्हे तर कालपरत्वे मानसिक बदलही स्वाभाविकच! तरुणाईतलं सळसळतं, उसळतं रक्त प्रौढत्वी थंडावतं आणि वृद्धत्त्वाची चाहूल लागली की, स्नेहाळ बनतं!

'बारा वर्षांनी उकिरड्याची दैना फिटते.'

अनेक वर्षं उपेक्षेचे, दारिद्र्याचे चटके सोसलेल्या कुणाच्या आयुष्यात चांगले दिवस आले की, माईच्या तोंडून ही प्रतिक्रिया हमखास व्यक्त व्हायची! आज शहरात अनेक बखळींच्या (ओसाड रिकाम्या जागा) ठिकाणी उभ्या राहिलेल्या टोलेजंग इमारती बघताना त्या उक्तीची सत्यता पटते.

सद्दाम हुसेनच्या प्रासादांचा विध्वंस किंवा अनेक ऐतिहासिक वास्तूंचे भग्नावशेष बघताना 'नथिंग रिमेन्स फॉरएव्हर!' हे पटतं आणि 'बदला'ची 'शाश्वतता' मनात खोल रुजते. हा बदल, हेच जिवंतपणाचं लक्षण! जे स्थित ते मृत! मग तो माणूस असो की त्याची भाषा-संस्कृती! त्याचं

बदलतं रूप हीच त्यातली संवेदना, चेतना!

भाषेत अनेक जुने शब्द गायब होतात, नवे अंगवळणी पडतात. आजची फॅशन करून मंडळी कंटाळली की, कालबाह्य होते. तिची जागा नवे प्रकार घेतात. त्यांचा कंटाळा आला की, पुन्हा जुन्याचं थोड्याफार फरकानं आगमन होतं. पुरुषांनी कानात डूल, रिंग घालणं, महिलांचं कानभर कर्णभूषणं घालणं, महाविद्यालयीन विद्यार्थ्यांनी 'ट्रॅडिशनल डे' साजरे करणं ही या बदलाच्या आकर्षणाची रूपं आहेत. हा असा 'बदल' नसेल, तर विंदा करंदीकर म्हणतात तसं 'तेच ते आणि तेच ते' असं कंटाळवाणं होईल आयुष्य! रटाळ होईल जग! पण ते तसं होऊ नये म्हणून तर त्या सृष्टिकर्त्याने 'बदल' हा फॅक्टर बाय डिफॉल्ट या सृष्टीत रुजवलाय!

टेनिसन म्हणतो, 'ओल्ड ऑर्डर चेंजेस चिल्डिंग प्लेस टू न्यू!' तर भगवद्गीता सांगते, 'जातस्य ही ध्रुवो मृत्युः ध्रुवं जन्म मृतस्य च!' हेच अनादी, अनंत सत्य! तुमच्याआमच्या जीवनाचं आधारभूत तत्त्व! चांगले दिवस जसे सदैव राहणार नाहीत ही जाणीव त्या दिवसातही आपले पाय जमिनीवर ठेवते, तसेच दुःखाचे दिवसही संपणार आहेत, हा विश्वास त्या आपद्काळात जगण्याची उभारी देतो.

◆

रंग रंगी रंगले मन

भारतीय संस्कृती म्हणजे नानाविध सणउत्सवांचा आनंदोत्सव! प्रत्येक सणाला नानाविध संदर्भांचे पदर! पुराणकथांच्या अंतरंगात दडलेला असतो कधी जीवनमूल्यांचा विचार, तर कधी मानसशास्त्रीय विचार! दीपोत्सवातून मिळणारा जीवनातला अज्ञानाचा अंधकार दूर करण्याचा, प्रकाशवाटा चोखाळण्याचा संदेश! वटपौर्णिमा सांगते वृक्षवल्लींशी सोयरिक! होळीसारख्या सणांची योजना म्हणजे मनातल्या दडपलेल्या अशिष्ट इच्छावर्तनाला करून दिलेली मोकळी वाट! असं मन एकदा मोकळं झालं की, निर्मळ मनाने लुटायचा जीवनातल्या नाना रंगांचा आनंद! स्वत: तर त्या रंगात न्हाऊन निघायचंच, पण मित्रमैत्रिणींसह हा आनंद लुटायचा! याला मग अपवाद नाही गोकुळच्या श्रीरंगाचा की राजेमहाराजांचा!

दैनंदिन जीवनात अथक परिश्रम करताना, सुखदु:ख, आशानिराशेच्या पाठशिवणीत शिणलेल्या तुम्हाआम्हा सामान्यांच्या दृष्टीने तर हा रंगपंचमीचा उत्सव नानारंगांनी चिंब करतो! नव्या वर्षाचं स्वागत करताना प्रसन्न मनाने उभारायच्या गुढीची रंगीत तालीमच ही!

शुभ्रधवल रंग अवघ्या मांगल्याचे, शुचितेचे, शिवतेचे प्रतीक, पण त्यातला एकसुरीपणा या जगन्नियंत्यालाही मान्य नसावा! किंवा त्या शिवतेत, धवलतेत एकरूप झालेल्या नाना रंगांचे मनोहारी दर्शन तुम्हाआम्हाला घडवावे म्हणूनच श्रावणातल्या ऊनपावसाच्या लपंडावात क्षणभर दिसणारी सप्तरंगी इंद्रधनूची कमान आकाशमंडपीचं आणि आपल्या डोळ्यांचं पारणं फेडते. दररोज सकाळ-संध्याकाळ तो रविकर

पूर्व-पश्चिमेला नाना रंगांची उधळण करतो; लाल, केशरी, गुलाबी, पिवळसर, जांभळे, नारंगी अशा नाना रंगांची! बघताबघता एकमेकांत मिसळणारे, मिसळता-मिसळता नानाविध रंग दाखवणारी ही यात्रा; नित्य रंगयात्रा!

दररोज शाळेला जाताना गणवेश घालणाऱ्या विद्यार्थ्यांना एक दिवस त्यातून सुट्टी मिळते तेव्हा शाळेच्या वातावरणाला काही आगळाच रंग चढतो. जीवनही नाना अंगांनी, रंगांनी रंगलं, तरच त्याची रंगत वाढणार! अन्यथा....

कल्पना करू या, अवघ्या विश्वात एकच पांढराशुभ्र रंग आहे. चराचर सृष्टीतलं अवघं जग एकाच धवल रंगाने रंगलंय! छेऽऽ कल्पनाही करवत नाही. आंबे पांढरे, जांभळे पांढरी, गुलाब पांढरे आणि शेवंती आणि गुलमोहर पांढरेच! केशराने आपला रंग टाकला आणि हळदकुंकूही सफेद रंगाने रंगले....

आपल्या जीवनाचा रंगच उडून जाईल. आपल्या जीवनात नाना रंग भरण्यासाठी तर त्या श्रीरंगाने पांढऱ्याशुभ्र जाई-जुई, मोगऱ्याच्या जोडीने हिरवेहिरवे गार असे हरिततृणांचे गालिचे या पृथ्वीवर पसरले. पांढरा, लाल गुलाब आणि हिरव्या चाफ्याबरोबरच लाल, निळी कमळं फुलवली.

पिवळ्या अंगावर काळे पट्टे घेऊन दिमाखात भूमीला नमवत चालणारा व्याघ्र! चिमुकल्या सरड्याला तर रंग बदलण्याचं वरदानच देऊन टाकलं. पोपटाला पोपटी-हिरव्या रंगाचं पेटंटचं मिळालं. एकाच आईची मुलं असली तरी एखादं विशेष लाडकं असतं. तेच रंगांच्या विविधतेनं नटलेल्या रंगीबेरंगी पिसाऱ्याचं अमोल वैभव मोराच्या पदरात टाकून हे निसर्गानं सिद्ध केलंय. चिमुकली फुलपाखरं म्हणजे तर निसर्गाच्या रंगकिमयेची परमावधी! इवल्याइवल्या निळ्या-पिवळ्या, तपकिरी-काळ्या रंगांच्या पंखांवरच्या ते नानारंगी ठिबक्यांचं वैभव घेऊन फुलपाखरं पानाफुलांवर जेव्हा अलगद पाऊल टाकतात, तेव्हा बघताना आपणही हरवून जातो. क्वचित कधी स्पर्श करायचा प्रयत्न केला, तर तो रंग बोटांनाही बिलगतो!

एकाच रंगाच्या किती छटा! अलीकडचा, पलीकडचा थोडा-थोडा रंग त्यात मिसळला तर नवीनच रंगच्छटा उमलते. हिमालयातल्या

सूचीपर्णी वृक्षराजीची काळपट हिरवी रंगछटा आणि आसमंतातल्या, सदैव वर्षेत न्हाणाऱ्या जंगलातल्या झाडांची कोवळीक दाखवणारी हिरवी-पोपटी रंगछटा! दोन्ही मनमोहकच! अशी ही रंगांची जादू! मनभावाची शब्दांत न आकळता येणारी! फक्त अनुभवचि मनोमनी!

खरंच या केवळ रंगछटा असतात? की या रंगांच्या अंतरंगात असतो 'रसा'चा ओलावा? तसा तो असावाच! आणि म्हणून तर नवरसाच्या परिपोषातून अभिव्यक्त होतात रंगशलाका! प्रणयशृंगार रसाचा गुलाबी रंग! बीभत्स रसवृत्ती दाखवतो काळा रंग! वीरता, त्याग, अस्मिता दर्शवतो केशरी रंग! रौद्र रसवृत्ती व्यक्त होते लालभडक रंगातून! वात्सल्य-शांतीला सामावणारा निळा रंग!

या रंगांचं अप्रूप फक्त माणसालाच वाटतं असं थोडंच आहे? गणपतीला लाल रंगाची जास्वंद प्रिय, तर कृष्णाला कृष्ण-तुळस, सरस्वती-लक्ष्मीला लाल-शुभ्र धवल रंगाची कमळं! आकाशस्थ ग्रहांनासुद्धा खास विशिष्ट अशा रंगाचं आकर्षण आवरता आलेलं नाही, म्हणून तर चंद्राची आवड मौक्तिकानं पुरवायची तर कोपिष्ट मंगळाला शांतवण्यासाठी लाल रंगाच्या खड्याची अंगठी वापरावी म्हणतात!

अन्नब्रह्माला तर या रंगरंगांची असलेली असोशी काही आगळीच! पानाच्या सजावटीपासून सुरुवात! पांढऱ्याशुभ्र रांगोळीतल्या पानाभोवतीची रंगीबेरंगी रंगांची नक्षीदार महिरप! नानारंगी भाज्या, चटण्या, कोशिंबिरी, पांढऱ्याशुभ्र भाताच्या मुदीवरचं पिवळं धम्मक गोड वरण, केशरी श्रीखंडाची चांदीची वाटी! मसाले भातावरची हिरवीगार कोथिंबीर आणि त्यावर पेरलेलं पांढरशुभ्र खवलेलं खोबरं! रसास्वादाआधीच या रंगतदार दर्शनानं तृप्त होते रसना!

सृष्टीतल्या निसर्गराजाच्या राज्यात तर ही रंगाची जादूई किमया वेडावणारी आहे. काळ्या मातीच्या उदारत दडलेला हा रंगांचा खजिना म्हणजे तर एक विलक्षण चमत्कार! लाल, पिवळ्या, निळ्या, जांभळ्या, गुलाबी, पांढऱ्या रंगांची फुलं एकाच वेळी व्हॅली ऑफ फ्लॉवरमध्ये बघताना डोळ्यांचं पारणं फिटत अंगावर रोमांच येतात आणि साक्षात ईशदर्शनाचा साक्षात्कार होतो. 'आनंदाचे डोही आनंद तरंगाची' क्षणैक अनुभूती येते. छोट्याशा रोपाला फुटलेली लाल-गुलाबी नवपालवी ऊन, पाऊस सोसतसोसत हिरवट काळपट होते आणि बघताबघता

पिवळा रंग घेते. बाहेरून हिरव्या रंगाची आतून पांढरीशुभ्र कैरी पिकून आतून बाहेरून केशरी रंगात रंगून जाते.

रंगांचा हा चमत्कार घडीघडी अवतीभोवती आपण बघतो. त्याचं वैज्ञानिक विश्लेषण भले काहीही असो, पण मनाला मिळतो तो निखळ आनंद!

◆

'याला जीवन ऐसे नाव'

नाटक संपलं. हळूहळू प्रेक्षक नाट्यगृहाबाहेर पडू लागले. बाहेर पडणाऱ्या प्रेक्षकांच्या तोंडून नाटकावरच्या प्रतिक्रियाही बाहेर पडू लागल्या.

"छ्याऽऽ काही दम नव्हता नाटकात! सगळंच सुमार!"

"तर काय! नाटकात संघर्ष म्हणावा, असं काही नव्हतंच!"

"खरं आहे राव! संघर्ष धारदार असेल, तर मनाची पकड घेतं नाटक, नाहीतर...."

"पैसे फुकऽऽट."

मनात आलं, 'खरंच, संघर्षाचं सामर्थ्य इतकं आहे? माणसांना आकर्षून घेण्यासाठी संघर्ष हवाच?'

असावाच! कारण बघा, रेल्वेचा डबा असो की भाजी बाजार, भांडणाचा आवाज आला की, आपण झटकन मान तिकडं वळवतो. आवाज दुरून आला असेल तर उत्सुकतेनं, ओढीनं पाय तिकडं वळवतात. गर्दीतून दिसत नसेल तर पाय उंचावून, डोकावून-डोकावून बघण्याचा आटापिटा करतो आपण! अगदी सहज!

संघर्षाचं एवढं आकर्षण माणसाला का असावं? खरंतर जन्मापासून आपण संघर्ष करत असतो. जन्माला आल्यावर जगण्यासाठी संघर्ष! कधी अन्न-वस्त्र-निवारा मिळवण्यासाठी, तर कधी दुर्धर रोगापासून मुक्ती मिळवण्यासाठी! कधी नाही ते मिळवण्यासाठी तर कधी जे मिळालंय-मिळवलंय ते टिकवण्यासाठी!

कधी कुटुंबातल्या व्यक्तीशी तर कधी समाजातल्या व्यवस्थेशी!

कधी नवी नाती जोडण्यासाठी (आंतरजातीय-आंतर्धर्मीय प्रेमविवाह), तर कधी जुनी तोडण्यासाठी (घटस्फोट). संघर्ष कशासाठी, कुणाशी यात फरक पडला तरी संघर्षाची दाहकता होरपळवून टाकणारी!

माणसाच्या अस्तित्वाच्या प्रश्नाशीच संघर्षाचे सारे पदर रिंगण धरून फिरत असतात. 'जीवोजीवस्य जीवनम्।' मध्ये संघर्षाचं सूत्र गोवलेलं आहे, हे सत्य आहे. जीवमात्राच्या अस्तित्वाला अभय देण्यासाठी तर त्या जगन्नियंत्यानं प्रत्येकाला स्वसंरक्षणासाठी संघर्षप्रसंगी उपयुक्त आयुध दिलंय. साळुंद्रीचे भाल्यासारखे अणकुचीदार काटे, हत्तीला दात, सापाला विष, वाघसिंहांना पंजे आणि माणसाला बुद्धी; विचारांना प्रेरणा देणारी, चालना देणारी!

नाटकातच का, जीवनातही संघर्ष नसेल, तर ते अळणी, मिळमिळीत वाटेल. त्याची गोडी, रंगत वाढणार कशी? सहज नशिबानं मिळणाऱ्या गोष्टीपेक्षा परिस्थितीशी लढा देऊन ती मिळवली की, त्याचा आनंद, समाधान काही वेगळंच!

वडिलोपार्जित कमाईपेक्षा स्वकष्टार्जित श्रीमंती देते संघर्षाचं समाधान! संघर्ष मग तो 'चार दिवस सासूचे' मालिकेतल्या सासूसुनांचा असो की शेजारच्या सान्यांच्या घरातल्या सासूसुनांचा; रंजक वाटतो. पुढं कायमची उत्सुकता चाळवणारा असतो.

सारंच गुडीगुडी असेल तर पुढं काय? जीवन नीरस, बेचव होईल हे खरं! पण जेव्हा आपल्या अस्तित्वाच्या प्रश्नापुरता संघर्ष मर्यादित न राहता इतरांचं अस्तित्व संपवण्याच्या थराला पोहचतो तेव्हा संघर्षाला भीषण वळण लागतं; महाभारत घडतं. २१व्या शतकात अमेरिका-इराक युद्धात असंख्य निरपराध्यांचे बळी जातात. 'मी विधवा झाले तरी चालेल, पण तिला (सवतीला) बोडकी करीन.' म्हणण्याइतका संघर्ष अधोगती गाठतो. भाड्याचं घर सोडण्यासाठी मालक पैसे देत नाही म्हणून स्वत:च्या नव्या घरात राहायला न जाता मरेस्तवर इथंच राहीन म्हणून संघर्षाचा पवित्रा म्हणजे तर आपल्याच आनंदाला आपण पारखं होण्याचा आत्मघातकी संघर्ष!

संघर्ष जीवनात आवश्यक असतो, जीवनाला रंग देतो हे खरं असलं तरी संघर्षाची परमावधी म्हणजे भस्मासुराप्रमाणं आपणच आपल्या डोक्यावर हात ठेवून आत्मनाश करणंच की!

म्हणूनच क्रोध, मत्सर, स्वार्थ, अहंकार अशा संघर्षाच्या साथीदारांना मर्यादेत राखण्यासाठी आणि रोखण्यासाठी माणसाचा सतत स्वत:चा स्वत:शी पावलोपावली, क्षणोक्षणी संघर्ष चालू असतो; अविरत, अथक!

◆

अस्तित्व

"कळलं का? अजय गेला!"

"आँऽऽ!"

"वाईट झालं."

"एका दृष्टीनं चांगलं झालं."

"हो, वर्षभर झगडत होता बिचारा कॅन्सरशी!"

"चांगलं की वाईट, कसंही असलं, तरी एक गोष्ट सत्य. इतक्या दिवसांचा सहवास... एक अस्तित्व संपलं कायमचं!"

"आता फक्त आठवणी, पुढं-पुढं विस्मृती आणि पंधरा-वीस वर्षांनंतर तर चटकन चेहराही डोळ्यांसमोर आणायचा म्हटलं तरी अवघडच जावं. आपण वर्षानुवर्षं पाहिलेली, जिच्या सहवासात काही काळ घालवला ती व्यक्ती, तिचं अस्तित्व इतकं हरवून जावं!"

आजच्या 'इन्स्टंट' आणि 'युटिलिटी'च्या जमान्यात तर जास्तीत जास्त आजोबांपर्यंत नात्याचा धागा ताणला जातो. पणजोबा-खापरपणजोबांच्या अस्तित्वाशी नावापुरतंही नातं उरलेलं नाही. अगदी जुन्या अल्बम्समध्ये अडगळीत पडलेल्या पिवळट कृष्णधवल छायाचित्रांच्या रूपांत हा विरविरीत धागा त्याचं अस्तित्व सांभाळताना दिसतो.

समोर दिसतं तेच अस्तित्वात आहे. जे दिसत नाही, त्याचं अस्तित्व कसं मानायचं? का मानायचं? हे खरं मानलं, तरी अनेकदा अस्तित्वात नसलेल्या व्यक्तीचं अस्तित्व आपल्याला जाणवतं. अगदी हुबेहूब! कधी झोपल्यावर स्वप्नात, तर कधी जागेपणीसुद्धा! ते कुणाला सांगायला गेलो तर भास झाला असेल, दुसरं काय? किंवा 'मनी वसे ते स्वप्नी

दिसे' म्हणत ऐकणारा त्याचं स्पष्टीकरण करतो.

खरंच जे दिसत नाही त्याचं अस्तित्व साकारायचं म्हटलं तर? हवा कुठं दिसते? तरीही नाक दाबलं की, तिच्या अस्तित्वाची प्रचीती येतेच ना! वस्तुमात्र सृष्टीतील चराचरात ईशतत्त्व भरलेलं आहे, असं मानणारे नास्तिकवादी 'बाप दाखव नाहीतर श्राद्ध कर.' (देव दाखव नाहीतर देव नाही मान्य कर.) या न्यायानं नेहमी आव्हान देतात. प्रल्हादानं असं आव्हान स्वीकारून हिरण्यकश्यपूला खांबावर लाथ मारायला लावली. देव प्रकट झाला. या पुराणकथेची 'पुराणातली वानगी पुराणात' म्हणून बोळवण करतात. भक्ताच्या भक्तिभावानं परमेश्वराचं अस्तित्व मनोमन मानण्याची खिल्ली उडवतात.

संवेदशील कवीमनाला मात्र ते पटतं, जाणवतं. म्हणूनच बहिणाबाई म्हणतात–

तुझ्या येन्याची चाहुल लागे पानापानांमंधी
देवा तुझं येनं-जानं वारा सांगे कानामंधी.

तर फुटप्रिंट या अनामिक कवीच्या कवितेत –

'मी नेहमीच तुझ्या बरोबरीनं चालत असतो. बघ, तुझ्या पावलांच्या जोडीनं माझी पावलं उमटलेली दिसतील.' असं म्हणणाऱ्या देवाला भक्त विचारतो, 'जळजळत्या उन्हातून जाताना कुठं तुझी पावलं दिसली नाहीत माझ्या जोडीनं?' त्यावर, 'अरे वेड्या, त्या वेळी दिसली ना, ती तर माझीच पावलं होती. मी तुला उचलून घेतलं होतं.' देव म्हणतो.

असं हे परमेश्वराचं अस्तित्व! संवेदनशील मनाला जाणवणारं, भावणारं! 'जैसा ज्याचा भाव, तैसा त्याशी देव!' असं संतोक्ती सांगते. हजारो वर्षांपूर्वीच्या व्यक्तींच्या अस्तित्वाचा शोध घेणाऱ्या संशोधकांच्या मतमतांतरामुळं सामान्य जन चक्रावून जातात. राम-कृष्ण या व्यक्ती खरंच होऊन गेल्या की व्यास-वाल्मिकींच्या काव्यप्रतिभेतून जन्मल्यात? सर्व गोष्टी गडप करणारा 'काळ' महान जादूगार! तरीही पृथ्वीवरच्या अश्मयुगापासून मंगळासारख्या दूरस्थ ग्रहापर्यंत मानवी अस्तित्वाचा शोध घेण्याचे संशोधकांचे अथक प्रयत्न पिढ्यान्‌पिढ्या सुरूच आहेत.

हजारो वर्षांपूर्वी अस्तित्वात असलेल्या मोहेंजोदडो, सिंधू, बॅबिलियन,

इजिप्शियन संस्कृतीचे अवशेष कधी उत्खननात हाती लागतात. आजवर धरणीनं आपल्या उदरात जपून ठेवलेले हे पुरावे अनामिकांच्या अस्तित्वाची साक्ष वस्तुसंग्रहालयातून देताना दिसतात, तर तुमच्या-आमच्यासारख्या सामान्यांच्या पूर्वजांची अक्षरभेट त्र्यंबकेश्वरमधले भटजी नामावळ्या' नामक चोपड्यांतून, कुलवृत्तान्तासारख्या संग्रहातून करून देतात. तर ऐतिहासिक पुरुषांचे अस्तित्व बखरी, शिलालेख सांगतात. इतिहासाच्या पानावर ज्यांनी आपल्या कर्तृत्वाची मोहर उमटवलीये त्यांचं अस्तित्व अमीट आहे, हे ज्ञानेश्वर, शिवाजी महाराज, राणाप्रताप अशा थोरांनी सिद्ध केलंय. तरीही राजस्थानात म्हणे एक समाज आहे. तो आजही गावोगाव हिंडून आपल्या समाजातल्या कुटुंबाची माहिती संकलित करण्याचा व्यवसाय करतो; पुढच्या पिढीच्या हाती त्यांच्या पूर्वजांच्या अस्तित्वाची माहिती मिळावी म्हणून!

अस्तित्व! खरंतर आजच्या धकाधकीच्या, ताणतणावाच्या आयुष्यात माणसाला क्षणोक्षणी, पदोपदी आपल्याच अस्तित्वासाठी संघर्ष करावा लागतोय, हे खरंय! पण तरीही झाड कितीही उंच वाढलं तरी मुळाला घट्ट धरून असतं. म्हणूनच मुंबईत असो की परदेशात, मनाच्या तळात गावाकडच्या पडक्या घराचं, पडीक जमिनीचं मूळ घट्ट असतं. त्याच्या अस्तित्वाचा अतूट धागा तिथंच गुंफलेला, गुंतलेला असतो ना!

◆

खारीचा वाटा तुम्हीही उचला!

रावणवधासाठी प्रभू रामचंद्रांना लंकेवर स्वारी करणं अपरिहार्य होतं. पण त्यात मोठी अडचण होती, ती समोर पसरलेल्या अगाध सागराची! पण श्रीरामांच्या सामर्थ्यानं पराभूत सागरानं सेतूबंधनाचा उपाय सुचवून ती दूर केली. सारी वानरसेना रामनामाचा घोष करत सेतूबंधनाच्या कामाला लागली. मोठमोठ्या शिळा आणून सेतू तयार केला जात होता.

या धावपळीत एक चिमुकली खारूताई आपल्या चिमुकल्या शेपटीवर किनाऱ्यावरची वाळू घेऊन सेतूबंधनाच्या कामात हातभार लावत होती. तिच्या शेपटीवर मावणाऱ्या चिमूटभर वाळूने सेतू बांधण्याच्या कामात हातभार लावत होती. रामकार्याला जमेल तेवढा सहभाग म्हणून अगदी मन:पूर्वक! तिची ही मदत अत्यल्प असली तरी तिची धडपड, सत्कार्याची कळकळ अमाप होती, हे श्रीरामचंद्रांनाही मनोमन पटलं आणि म्हणूनच त्यांनी तिच्या पाठीवर शाबासकीची थाप दिली.

चिमुकली खारोटी! सेतूबंधनाचं अफाट कार्य! 'या अफाट कार्यात आपल्या कणभर मदतीनं काय मोठा फरक पडणार आहे? कशाला करा ही यातायात?' असा विचार त्या खारीच्या मनालाही शिवला नाही. उलट कार्य कितीही मोठं असो, आपल्या परीनं आपण आपला त्यातला वाटा उचलायला हवा, ही शिकवण त्या खारीनं मूकपणे आपल्याला दिली आणि 'खारीचा वाटा' हा शब्दप्रयोग रूढ झाला. खरंतर माणसानं त्या शिकवणीपासून धडा घेतला, असं म्हणणं धाडसाचं ठरावं, असंच

चित्र अवतीभोवती दिसतंय.

"काय बाई भयानक पाऊस झाला नाही? सारं जलमय! वाटलं, जलप्रलयच होतोय. होऽऽ त्यात तुंबलेली गटारं, नाले, प्लॅस्टिक पिशव्यांनी तुंबलेल्या लाइन्स, जागोजाग प्लॅस्टिक, प्लॅस्टिक! हिमालयातसुद्धा या प्लॅस्टिकनं उच्छाद आणलाय. गिर्यारोहक बरोबर नेलेले प्लॅस्टिक कंटेनर्स, पिशव्या रिकामे झाले की, तिथेच फेकून येतात. बर्फाच्या थराखाली प्लॅस्टिकची जमीन तयार होतेय तिथं, अगदी निसर्गाच्या कुशीतसुद्धा!"

प्लॅस्टिकबद्दल मंडळी तावातावानं बोलत होती. "मग त्यावर उपाय म्हणून तुम्ही काय करता?" असं विचारताच, "आम्ही काय करणार? आम्ही दहा लोकांनी त्याचा वापर थांबवला म्हणून हा प्रश्न सुटणार आहे का? शंभर कोटीच्या या देशात दहा लोकांनी न वापरून काय फरक पडणार आहे? सरकारनंच जालीम उपाय केला पाहिजे." हे ठरलेलं उत्तर!

सध्या भ्रष्टाचाराच्या नावानं प्रसार माध्यमांपासून व्यक्तिगत पातळीपर्यंत सारेच ओरडा करतात. भ्रष्टाचार थांबवण्यासाठी तुम्ही काय करता? असा प्रश्न विचारा की, उत्तर ठरलेलं – "अहो, जिथं नोकरशाहीपासून सत्ताधीशांपर्यंत आणि न्यायालयापासून पोलीसखात्यापर्यंत, व्यापाऱ्यापासून देवस्थानांपर्यंत भ्रष्टाचाराचा बुजबुजाट आहे, तिथं सामान्य माणूस काय करणार?"

प्रत्येकानं 'मी बिल घेतल्याशिवाय व्यवहार करणार नाही. स्वत:च्या स्वार्थासाठी लाच देणार नाही आणि घेणारही नाही' असं ठरवलं आणि ठामपणे अमलात आणलं तर? शेवटी हे सगळं करणारी एक-एक व्यक्ती मिळूनच समाज बनलाय ना? मग ही भ्रष्टाचाराची घाण उपसण्यात आपण प्रत्येकानेच आपला खारीचा वाटा उचलायला नको का?

साधी सार्वजनिक स्वच्छतेची गोष्ट! आपण प्रत्येक जण आपापली घरं स्वच्छ ठेवण्याची अगदी पराकाष्ठा करतो. तसं करताना घरातली घाण रस्त्यावर टाकताना जराही कचरत नाही. सार्वजनिक बागेत 'Use Me' म्हणणाऱ्या डस्टबिनचं अस्तित्व दुर्लक्षून भेळेचे कागद, आइस्क्रीम कोन अस्ताव्यस्त टाकतो. वर परत महापालिकेच्या सफाईबद्दल तारस्वरात

टीका करतो. पण नगर स्वच्छतेतला आपापला खारीचा वाटा प्रत्येकानेच खारोटीच्या निष्ठेनं उचलला तर?

प्रत्येक घरात होणारा पाण्याचा, विजेचा अपव्यय टळला, प्रत्येकानं ही सार्वजनिक नव्हे तर स्वत:ची संपत्ती समजून तिचा विनियोग केला, तर पाणी टंचाईची, वीज कपातीची तीव्रता नक्कीच भासणार नाही.

आपल्या देशाची तुलना आपण स्वच्छता, वक्तशीरपणा, प्रामाणिकपणा याबाबत परदेशांशी करतो, तेव्हा त्यांचं पारडं नेहमीच जड असलेलं दिसतं! का? तर या सगळ्या गोष्टीत त्या देशातल्या प्रत्येकाचा खारीचा वाटा असतो. खारीची निष्ठा, कळकळ असते. आपल्यालाही नाही असा खारीचा वाटा उचलता येणार?

◆

'स्व'भाव

"शांता, अगं काय झालं काय एवढा आकांडतांडव करायला? अगं, खालपर्यंत येतोय तुझा आवाज! वय वाढलं, पण तुझा आक्रळस्ताळेपणा मात्र अगदी लहानपणी होता तस्सा आहे!" मावशींनी घरात पाऊल टाकताच शांताला सुनावलं.

"हे बघ मावशी, तुझ्या 'शांतीपाठा'चे डोस मला पाजू नकोस! तुझा शांतपणा पाहून हिमालयही लाजेल! पण मला नाही सहन होत कुणी खोटेपणा केला की! माझं आहे हे असं आहे." बोलताबोलता शांतानी आणि मावशींनी एकमेकींच्या स्वभावाचं मर्म टिपलं.

खरंच, किती वेगवेगळ्या स्वभावाची माणसं आपल्या अवतीभोवती वावरत असतात ना! जरा काही झालं की मुळूमुळू रडणारी नंदा आणि कॅन्सरचं निदान होऊनही त्यातून "मी नक्की बरी होईन" म्हणत किमोसह साऱ्या उपचारांना, वेदनांना सामोरी जाणारी श्वेता! कोणताही विचार न करता दुसऱ्याच्या मदतीला धावणारा आनंद आणि प्रत्येक कृतीआधी नाफ्यातोट्याचं गणित मांडून सावध पाऊल टाकणारा राजा! त्याच्या बाबतीत आई नेहमी म्हणायची, "आमचा राजा ना इतका वस्ताद आहे की, पाण्यातनं गेला तरी पाय नाही भिजू देणार!"

हे असं नाना स्व-भावांचं रंगीबेरंगी जग बघताना खूप गंमत वाटते. किंबहुना म्हणूनच आपल्या जीवनाला लज्जत येते. कुणी त्यागी, कुणी भोगी! कुणी उदार, तर कुणी कंजूस; अगदी मख्खीचूस! हो, पण एखाद्या दानशूराची एखादी कृती त्याच्या उदारतेपुढे प्रश्नचिन्ह उमटवते कधीकधी! पु.लं.च्या बाबतीतला एक किस्सा! लाखो रुपयांच्या देणग्या

विविध सामाजिक संस्थांना देणारे पु.ल.! एकदा रिक्षानं प्रवास करत होते. रिक्षाभाडे झाले २०.४० पैसे! रिक्षावाल्याजवळ परतीसाठी सुट्टे पैसे नाही म्हणताच पु.लं.नी त्याला थांबवून घरातून ४० पैसे सुट्टे आणून दिले म्हणे!

दुर्जनांचे मुडदे पाडणारा कर्दनकाळ 'शहेनशहा' गरीबांच्या वस्तीतल्या जराजर्जर वृद्धाची ममतेनं सेवा करताना (पडद्यावर किंवा प्रत्यक्षातही थोड्याफार फरकाने) दिसतो, तेव्हा माणसाच्या स्वभावातल्या या विचित्र, परस्परविरोधी रसायनाचं मिश्रण बघून चक्रावायला होतं. मागच्या वेळी 'अ'ने अपमान केलेला असल्याने पुढच्या वेळी नाइलाजाने तशी मनाची तयारी करून जावं, तर मनमोकळं स्वागत होतं! सुखद धक्का बसतो. पण याचा नेमका स्वभाव आहे तरी कसा या विचाराने मन मात्र गोंधळून जातं.

एकाच व्यक्तीच्या स्वभावाच्या भिन्न छटा जशा गोंधळात टाकतात तशाच एकाच आईवडलांच्या दोन मुलांच्या स्वभावात जमीन-आसमानचा फरक दिसतो तेव्हा प्रश्न पडतो. परिस्थिती, अनुवंशिकता समान असूनही असा इतका फरक असावा? इंदिरा गांधींच्या सजंय, राजीव या पुत्रांच्या स्वभावातला फरक ज्ञातच आहे! हिंदी सिनेमांनी तर याच बेसवर दोन भावातला एक इमानदार पोलीस अधिकारी आणि एक गुन्हेगार अशी व्यक्तिचित्रणाची ठोस विभागणीच करून टाकलीये कायमची! हा ढोबळपणा सोडला, तरी सख्ख्या भावाबहिणींच्या स्वभावातल्या टोकाच्या फरकाचं दर्शन स्तिमित करतं! प्रत्येकाचा स्वभावधर्म ज्याच्या-त्याच्या पूर्वसंस्कृतीशी तर निगडित नसावा?

असेलही कदाचित! पण तो विशिष्ट 'स्वभाव' ही तर त्या व्यक्तीची ओळख! त्याचं स्वतंत्र अस्तित्व सांगणारी! अशी ओळख सांगणारा स्व-भाव काय फक्त माणसाचाच असतो? मेणाची मृदूता, दगडाची कठोरता, चिंचेचं आंबटपण, आंब्याचं माधुर्य, मोगऱ्याचा धुंद गंध, तर घाणेरीची उग्रता दुरूनही आपली ओळख पटवते; अस्तित्वाची जाणीव देते.

देवादिकांनाही आपण ओळखतो ते त्यांच्या स्वभावानेच की! भोळाभाबडा, पण शीघ्रकोपी शिव! मिष्किल, सौम्य पण त्याच वेळी ज्याचं-त्याचं माप त्याच्या पदरात चोख टाकणारा, 'जशास तसे'

स्वभावाचा श्रीकृष्ण!

देवादिकांचीच काय, पण 'भूत' शब्दाच्या उच्चाराबरोबरच आपलीही भीतीने गाळण उडते; पण खरंतर सगळीच भुतं दुष्ट, झपाटणारी नसतात. काही प्रेमळ, मदतीस तत्पर अशीही असतात. ते त्यांच्या मानवयोनीतल्या स्वभावानुसारच भूतयोनीतही वागतात, असं सांगतात. म्हणजे बघा, 'जित्याची खोड मेल्याशिवाय जात नाही.' ही म्हणही 'स्वभाव' खरी करतो की!

'वाल्याचा वाल्मिकी होणं' हा अपवाद! कितीही बदलायचा प्रयत्न केला तरी केव्हा ना केव्हा मूळ स्वभाव उफाळून वर येतोच! वाघाच्या शौर्याची ऐट काही काळ वाघाचा आभास निर्माण करेल. पण गाढवाचं कर्णकटू ओरडणं त्याची खरी ओळख पटवतंच की!

या 'स्वभावा'चं हेच मर्म तुकोबा अचूकपणे टिपताना म्हणतात – 'अंतरीचे धावे स्वभावे बाहेरी.'

◆

मनी मानसी व्यर्थ चिंता वहाते।

भिशीच्या निमित्तानं जमलेला गप्पांचा फड! त्यात साऱ्याच मन:पूर्वक रमलेल्या, पण आशाबाई मात्र हताश भाव चेहऱ्यावर आणि गप्पगप्प!

"काय गं, आज कोणत्या चिंताजंतूचं इन्फेक्शन?" कुणीसं विचारलं.

"अगं, काण्यांच्या मुलीचं बत्तिसाव्या वर्षी एकदाचं लग्न ठरलं आणि तिच्या घरातले 'सुटलो बुवा' म्हणत चिंतामुक्त झाले. आमच्या आशाबाई मात्र चिंता सागरात बुडाल्या."

"छेऽऽ हो, शेजारी..."

"तेव्हापासून हिचं असं झालंय. चाळिशीला आलेला हा बाप्या इतके दिवस लग्नाचा का राहिला? तो हिला धड वागवेल ना? इतक्या दिवसांत त्याचं कुठं काही लफडं... तसं असेल, तर त्याला एड्ससारख्या रोगाची बाधा तर नसेल ना? अशा एक ना शंभर काळज्यांनी ही बेचैन!"

"इश्श, म्हणजे ते रेकीवाले दुसऱ्याची दुखणी उधार-उसनवार घेतात, त्यातलाच प्रकार की!"

चिंता! मग ती स्वत:विषयी असो की इतरांविषयी. चिंतेचा कोळी मनाच्या सांदीकोपऱ्यात कल्पनेच्या तंतूंचं जाळं विणत राहतो. त्यात एकदा जीव अडकला की, बाहेर पडूच शकत नाही. पण काही चिंताजंतूंना चिंतेच्या चिंतनाचाच छंद असतो. कधाकधी तर आपल्याला सध्या कसलीच चिंता कशी नाही, याचीच चिंता लागते.

नाना-नानी काश्मीरला जाऊन आले. भारताचं नंदनवन बघण्याचं स्वप्न त्यांनी सेवानिवृत्तीपर्यंत मनी जपलं होतं. ते पुरं होईल की नाही, या चिंतेत त्यांनी पेन्शनपर्यंतचा प्रवास केला. हातात पडलेल्या प्रवासाच्या

तिकिटांनी स्वप्नपूर्तीच्या चिंतेचं स्टेशन सोडलं. ते प्रवासाहून आल्यावर प्रवासवर्णन ऐकावं म्हणून भेटायला गेले.

“काय मग, पाहिलं ना भारताचं नंदनवन? गुलाबाच्या बागा, केशरचे मळे?”

त्यावर नानी खो-खो हसत सुटल्या.

“हो, पाहिलं ना त्यांनी सगळं! म्हणजे हॉटेलच्या खिडकीतून दिसलं तेवढं सगळं सगळं पाह्यलं.”

नानींना हसू आवरत नव्हतं.

“अहो, मोकळ्या जागेत कुठूनतरी अतिरेकी आले आणि झाडल्या सटासट गोळ्या तर! ते गुलमर्ग-चंदनवाडी घोड्यावरून जाताना घोड्याचा पाय सटकला नि गेलो खोल दरीत तर! ही आणि सगळे गेले. हॉटेलातसुद्धा जीव मुठीत धरून बसलो होतो. याच हॉटेलवर अतिरेक्यांनी हल्ला केला तर! बाहेर भटकायला गेलेल्यावरच हल्ला झाला तर कोणत्या तोंडानं परत जायचं?”

“हो, पण मी पाहिलं हं सगळं अगदी भरभरून. म्हटलं घातल्या गोळ्या तर घातल्या. कधीतरी मरायचंच की!” नानींचा निर्भय चेहरा बघतानाही नाना चिंतावलेले दिसत होते. “नशीब! खिडकीतून तरी बाहेरचं दृश्यं पाहिलं, नाहीतर याच खिडकीवर नेम धरला तर म्हणून कॉटखाली नाही बसून राहिले.”

चिंता. जिवाची चिंता. घराची चिंता. संसाराची चिंता. या चिंताजंतूमुळंच विठोबाच्या भेटीसाठी निघालेली आवा अर्ध्या रस्त्यातून माघारी फिरली. चिंताव्याधीनं ग्रासलेली जमात तशी उपद्रवी. मनातली चिंता स्वत:पुरती ठेवली तर ठेवी बापडे! पण “मला नंऽ काळजी वाटते. रवीचं विमान सुखरूप पोहोचेल ना? त्याचं अपहरण नाही तर अपघात....”

एक ना दोन, मनातलं दुसऱ्याला सांगून त्यालाही आपल्याबरोबर चिंतेच्या डोहात ओढतात. बरंऽऽ या 'चिंतू'ना वाटणाऱ्या या चिंतेचं क्षेत्र तर वैयक्तिकतेपासून वैश्विकतेपर्यंत चराचरात भरून अंगुळमात्र उरणार! लादेननं मुंबईच्या राजाभाई टॉवरवर विमान आदळवलं तर? बुशनं रशियावर अणुबॉम्ब टाकला तर? चिंतेचा टँक भरायला सुरुवात!

एम.टीव्ही, व्ही.टीव्ही, मल्लिका शेरावत, मलाईका असल्या उत्तान सौंदर्याच्या स्फोटानं भारतीय संस्कृतीच्या होणाऱ्या विध्वंसामुळं संस्कृतीरक्षकांना जाळणारी चिंता एकीकडं, तर दुसरीकडं मराठमोळ्या महाराष्ट्रातल्या मराठीप्रेमींचे मराठीच्या अस्तित्वाच्या चिंतेने प्राण कंठाशी आलेले. व्यासपीठावरून बेंबीच्या देठापासून त्यांचं चालणारं आक्रंदन (गंमत म्हणजे यांची पोरं, नातवंडं कॉन्व्हेंटमध्ये शिकतात.) अशा काही चिंता; कधी घराच्या भिंतीशी तर कधी व्यासपीठाशी निगडित! कधी व्यक्तीशी तर कधी विश्वाशी संबंधित!

'कोऽऽहं'च्या घोषापासून अखेरच्या श्वासापर्यंत नव्या-नव्या रूपात सदैव साथ देणारी चिंता! वर्तमानातून खेचून भविष्यात लोटणारी चिंता! ज्यावर ना औषध आहे ना चरकसंहितेतल्या अश्विनीकुमारांकडे उपचार आहेत!

◆

मन

"चला बाई, सगळं कार्य मनासारखं पार पडलं. जरा कुठं एवढंतेवढं व्हायला नको कुणाच्या मनाविरुद्ध म्हणून आपल्याकडची मनापासून झटत होती बरं!" समाधानानं, तृप्त चेहऱ्यानं मालतीबाई माधवरावांना म्हणाल्या.

"हो ना! अशा वेळी कुणाचं मन मोडलं तर कायमचं मनात ठेवतात माणसं. पुढे पोरीला त्रास!" माधवरावही मनापासून बोलत होते.

मन! प्रत्येक सजीवाशी निगडित संकल्पना! प्रत्येकाजवळ आहे, पण दिसत नाही. जाणवतं स्वत:ला आणि इतरांनाही, पण दाखवता येत नाही; माणूस मनमोकळा असो की मनकवडा! आरशासारखं स्वच्छ, निर्मळ, पारदर्शक म्हणून ज्याची ओळख एकीकडे सांगितली जाते, दुसरीकडे त्याचंच वर्णन सागरासारखं अथांग – ज्याचा थांगपत्ता लागत नाही, असं आपल्या वेदपुराणापासून पश्चिमेच्या फ्रॉइड, पॅवलॉव्ह, रोबर्ट शुलरसारख्या विचारवंतांनी, मनोवैज्ञानिकांनी केलंय. माणसाच्या मनातलं दुसऱ्याला समजत नाही हे एकापरीने बरंच आहे, असं आपण सर्वसामान्य माणसंही म्हणतोच की! आणि समजा, ही किमया साधलीच एखाद्याला, तर काय अनर्थ होईल! ज्याच्या गळ्यात गळा घातला तोच गळा दाबायला निघायचा. 'महानिर्वाण'सारख्या नाटकात याचं दर्शन विनोदी अंगानं घडतं तेव्हा हसताहसता माणसं अंतर्मुख होतात.

मनापासून काम करण्यापासून कशातच मन न लागणं, एकाच वेळी हे करू की ते? करू की नको? अशी मनाची द्विधा अवस्था शेक्सपिअरने 'To be or not to be' यातून अजरामर करून टाकलीये. या मनाचं

वर्णन करावं तरी कसं? अचूक ओळख सांगावी कशी? त्याच्या सूक्ष्मरूपाची साक्ष मानावी, तर त्याच्या आभाळासारख्या भव्यत्वाचा साक्षात्कार होतो आणि बहिणाबाईंच्या शब्दात साकारतो –

'मन केवढं केवढं खाकसनी दानं
मन एवढं एवढं यात आभाय मायीना'

आता जमिनीवर आहे म्हणता-म्हणता आकाशापर्यंतचं अंतर निमिषात पार करतं. वर्तमानात राहतं, भूतकाळ आठवतं आणि भविष्याची स्वप्नं रंगवतं! या अशा 'अचपळ' मनाला आवरणं किती कठीण आहे हे जाणवलं म्हणून तर समर्थांनी रामरायाला साकडं घातलं. तुमच्या-आमच्यासाठी 'मनाच्या श्लोकांचा अक्षर-प्रपंच' मांडला.

माणसापरी मनाच्या नाना लहरी! एकाच माणसाच्या मनाचेही अनेक रंग! कोणत्याही कामात ते काम करणाऱ्याच्या मनाचाही रंग उतरत नाही तोपर्यंत त्या कृतीत न्यूनतेची अबोध पुसटशी भावना जाणवतेच.

"आजी, तू सांगितलंस तस्सा मसाला, वाटण घातलं, पण तुझ्या हातच्या बिरड्याची चव येतच नाही कधी!" शर्वरीनं तक्रार केली.

त्यावर हसत आजी म्हणाली, "अगं, विसरलेच सांगायला, चिमूटभर मनही टाकायचं हो!"

लहानपणी आईनं सांगितलेली गोष्ट! गावात एक रंगारी होता. सारं गाव हव्या त्या रंगाची पागोटी, फेटे त्याच्याकडून रंगवून घ्यायचं! रंगाऱ्याचा एक खास दोस्त होता. त्यानंही आपला फेटा दिला रंगवायला आपल्या प्रिय मित्राकडे! खूप दिवस झाले, पण फेटा काही रंगवून झाला नाही. मधूनमधून "झाला का रंग?" असं विचारून थकलेल्या मित्रानं पुढं विचारायचंही सोडून दिलं आणि एक दिवस रंगाऱ्यानं मित्राला चकित केलं. त्या सुंदर जांभळ्या किरमिजी रंगाच्या फेट्यावरून नजर ढळत नव्हती. तो फेटा घालून रस्त्यातून निघाला की गावकारी त्याचा हेवा करत.

"आम्हालाही अगदी अस्साच रंगवून दे फेटा" म्हणून ते रंगाऱ्याकडे आग्रह धरू लागले.

तेव्हा रंगारी म्हणाला, "बाबांनो, तुमच्या फेट्याला असा रंग कसा चढेल? या रंगात आहे मिसळलेला मनातला दोस्तीचा रंग!"

भक्ताच्या मनातला भक्तीचा भाव जाणवतो तेव्हा प्रत्यक्ष परमेश्वरही अवतरतो.

माणसाचं व्यक्तिमत्त्व म्हणजे त्याच्या मनाचाच आविष्कार! कणखर मन प्रत्यक्ष काळाचं आव्हानही स्वीकारतं, तर कमकुवत मन दोरीला साप समजून धसकतं.

'मन करारे प्रसन्न। सर्व सिद्धींचे कारण।' अशी ग्वाही साक्षात तुकाराम महाराजांनी दिलीये. मनाची प्रसन्नता गंधहीन नगरीलाही मोगऱ्याचा गंध देते; नसलेल्या गंधानेही भारावून टाकते. मनामनाच्या तारा जुळल्या की, झंकारतं सुरेल संगीत! मनाला संशयाच्या भुंग्यानं पोखरायला सुरुवात केली की, जीवनातला रसच संपतो. जीवनाच्या अखेरच्या क्षणीची मनातली इच्छा मेल्यावरही सोडत नाही पिच्छा! एखाद्या गोष्टीचा ध्यास घेणारंही मन आणि त्या ध्यासाच्या पूर्तीसाठी मनाची कठोर तयारी करणारंही मनच की! सारा मनाचाच खेळ! कितीही प्रयत्न केला कुणी बसवायचा मेळ, तरी कधी सापडलाय कुणाला त्याचा तळ?

◆

संगत-सोबत

या जगात येताना माणूस एकटा येतो आणि जातानाही एकटा जातो. जीवाचा जन्म असा एकटा आणि मृत्यूनंतरही एकटा. मग कोळ्याप्रमाणं का वृथा आयुष्यभर आपण नात्यांची जाळी विणत बसतो? साऱ्या सख्या-सोबत्यांच्या कोळीष्टकात आयुष्याचं पाऽर जाळंजळमट होतं. टीव्हीवरच्या कुठल्यातरी चॅनेलवरच्या कार्यक्रमातल्या बाबा शिष्यगणांच्या गोतावळ्यात बसून दूरच्या दर्शकांची शाळा घेत होते.

"मग असं असताना हवी कशाला ही नात्याची गुंतावळ? साथ-संगतीचा सोस? एकान्तात, हरिभजनात, सत्संगात रमावं."

त्यांचं शेवटचं वाक्य कानी पडताच मला हसूच फुटलं! अरे, म्हणे एकान्तात जाऊनही सोबती-संगतीला काहीतरी हवंच की! मग ती संगत हरिनामाची का असेना! मी चॅनेल बदललं, तर तिथं चित्रगीतात 'गोमू संगतीनं माझ्या तू येशील का?' नायिकेनं आपल्या संगतीनं यावं म्हणून नायक संगीत अनुनय करत होता.

माणूस एकटा येतो, एकटा जातो. पण येण्या-जाण्याच्या मधल्या काळात मात्र एकटा नाही राहू शकत. खरंतर तो एकटा येतो आणि एकटा जातो हेही तितकंसं खरं नाही हं! या जगात येतो तो आईच्या संगतीनं आणि निष्प्राण देहालाही चार चिमट्या राख होईपर्यंत सख्या-सोबत्यांची साथसंगत लागतेच की!

लोकान्तातच आपण जगतो, फुलतो आणि सुकतोही! म्हणून तर एकान्त ही कठोर शिक्षा ठरते. एकान्त माणसाला वेडं करतो. माणसाला

माणसाची संगत-सोबत लागतेच, पण ती नसेल तर आपलं एकटेपण संपण्यासाठी तो पशुपक्षी, झाडा-फुलांपासून ते पुस्तकं, संगीत, नृत्यादी कलांची संगत शोधतो. त्या संगतीत त्याचं मन रमतं; व्यक्तिमत्त्व बहरतं. काळ्याकुट्ट अंधारात दूरच्या मिणमिणत्या दिव्याची संगतही आश्वासक ठरते. कॅसेट्स, रेडिओ, टी.व्ही.वरील एकेरी संवादाची संगतही आज अनेक वृद्धांच्या जीवनातला एकाकीपणा घालवणारा हुकमाचा एक्का आहे. संगतीसाठी माणूस वेडापिसा होतो. तारुण्याच्या नव्हाळीत अमुकच एका व्यक्तीच्या संगतीचा ध्यास घेणारे वेडे प्रेमवीर रोमिओ-ज्युलिएट, शिरीन-फरहाद, बाजीराव-मस्तानी इतिहासात अजरामर झाले. मात्र एकान्त असह्य झाला की, माणूस निर्जीव वस्तूलाही कसा साथीदार बनवतो, याचं विदारक चित्रण 'कास्ट अवे' या इंग्रजी चित्रपटात बघताना आपण अंतर्मुख होतो. माणसाची संगतीची ओढ किती पराकोटीची असते ते या चित्रपटातून जाणवल्याशिवाय राहत नाही. विमान अपघातानंतर एक माणूस निर्जन बेटावर पोहोचतो. समुद्राची गाज, झाडांची सळसळ, वाऱ्याचा झंझावात! नाद आहे, पण शब्द नाही. समुद्रात वाहणारी एक चेंडूसमान वस्तू हाती लागताच, तो त्याच्या शेतातल्या बुजगावण्यासारखा माणूस बनवतो. मनातल्या भावभावना, विचार एकतर्फी त्याच्याजवळ व्यक्त करतो. एकदा पाण्यात हा दोस्त गायब होताच निकटच्या व्यक्तीचा मृत्यू व्हावा, असा तो सैरभैर होतो. ते सारं बघताना संगतीची माणसाची आंतरिक गरज आपल्याला हादरवून टाकते.

जन्मापासून मृत्यूपर्यंत आपण ज्यांच्या-ज्यांच्या संगतीत वाढतो, सहवासात राहतो, ती संगत कळत-नकळत आपल्याला घडवत-बिघडवत असते.

''अगदी आईच्या वळणावर गेलाय'', ''आजोबांसारखा तापट आहे.'' या वक्तव्यांतून सामान्यांच्या जीवनातल्या संगतीचा प्रभाव स्पष्ट होतो, तर 'चंदनाचिया चौफेरी काष्ठत्वा मुक्ती खैरबोरी' किंवा 'समर्थांच्या घरचे श्वान त्यास सर्वही देती मान' या संतवचनांतून संगतीचं मर्म अचूक टिपलेलं आढळतं. 'MAN IS KNOWN BY HIS COMPANY' असं इंग्रजी संस्कृती सांगते, तर 'ताडीच्या झाडाखाली बसलं तरी लोक ताडी प्यायला असं म्हणणार' या संगतीच्या दुष्परिणामाचा

इशारा मायमराठी देते.

व्यक्तित्वाच्या जडणघडणीतल्या आनुवंशिकता आणि परिस्थिती या दोन्हींत परिस्थितीचा सिंहाचा वाटा असल्याचं मानसशास्त्रज्ञ मानतात. त्याला दुजोरा देणारी ही गोष्ट – एक पोपटविक्या होता. एकदा त्यानं आपला एक पोपट एका पंडिताला आणि दुसरा एका गावगुंडाला विकला. काही दिवसांनी तो पंडिताकडे गेला ''प्रणाम, यावं, बसावं महाराज!'' पोपटानं स्वागत केलं. पुढं काही दिवसांनी गुंडाकडे जाण्याची वेळ आली. दारात त्यानं पाय ठेवताच, ''साल्या, हरामखोर कशाला मरायला आलास'' पोपटानं असं स्वागत केलं.

एकाच मादीच्या दोन पिल्लांतला हा फरक बघून चक्रावलेल्या पोपटविक्याला मनोमन उत्तर मिळालं – 'संगतिसंग दोष:'

'गवयाचं पोर रडलं तरी सुरात रडणार' म्हणतात! त्यामागंही संगतीच्या परिणामाचंच अनुभवसार आहे. आपल्या मुलांनी चांगल्या मित्रमैत्रिणींच्या संगतीत असावं, असं प्रत्येक आईवडिलांना वाटतं ते का उगाच?

◆

टु बी ऑर नॉट टु बी

कॉलेजच्या दिवसांनंतर अनेक वर्षांनी शेक्सपिअरचं 'हॅम्लेट' हाती लागलं. वाचताना आठवले ते शिकवणारे आचार्य सर! त्यांचं ते साभिनय परिणामकारक वाचन! प्रत्येक व्यक्तिरेखेचा पदरन् पदर उलगडवून दाखवताना घडलेलं त्या व्यक्तीचं अंतरंगदर्शन! हॅम्लेटची व्यक्तिरेखा, ती रंगवणाऱ्या शेक्सपिअरची स्तिमित करणारी कल्पनाशक्ती, प्रतिभा, मनाच्या द्विधा अवस्थेने गोंधळलेला, टू बी ऑर नॉट टू बीच्या चक्रात गरगरणारा आणि शेवटी स्वत:च्या आईची हत्या करणारा हॅम्लेट! आयुष्याच्या अनेक टप्प्यांवर, महत्त्वाच्या निर्णयाच्या वेळी तुमच्या-माझ्यासमोर दत्त म्हणून ठाकणार! जसा तुमच्या-माझ्या मनाच्या खोल तळात दडून बसलेला! नेमक्या निर्णयाच्या वेळी हॅम्लेटचं हे भूत प्रत्येकाला झपाटून टाकतं आणि त्याचा हॅम्लेटच करतं.

मिथुन राशीला सध्या साडेसाती आहे, असं (तशी ती कोणत्या ना कोणत्या राशीला असतेच म्हणा!) ज्योतिषशास्त्र सांगतं! या काळात वाईट गोष्टी घडतात. नव्या घरात राहायला गेल्या-गेल्या झालेली मोठी चोरी, मोटर-सायकलचा अपघात, त्यात पायाच्या हाडांची मोडतोड, आईचा अचानक (पण वयोमानपरत्वे) मृत्यू....

"छे! साडेसातीत घर घेतलंत ना ते नडतंय. मला तर वाटतंय, हे घरच तुम्हाला लाभणारं दिसत नाही. घरच बदला हे. पण आधी शनीची कडक उपासना करा. कडक उपवास, पोथी, शनीची अंगठी. होऽऽ आणखी काही अरिष्ट कोसळायच्या आत"

एक ना अनेक! खरंच, एरव्ही असल्या भाकड गोष्टींवर विश्वास

ठेवायला तयार नसलेलं माझं बुद्धिवादी मन, पण मनाच्या तळात दडलेलं ते हॅम्लेटचं भूत जाग होतं. मनाला पछाडायला लागतं.

'खरंच, आणखी काही भयानक घडलं तर! त्यापेक्षा धरावे झालं शनिवारचे उपवास, वाचावं शनि-महात्म्य. नाहीतरी इतर वाचन करतोच की! शनीची कृपा होणार असेल, अमंगल टळणार असेल, तर शनीच्या खड्याची अंगठी घालायला काय हरकत आहे? पण लगेच दुसरं बुद्धिवादी मन फणा काढून आपलीच निर्भर्त्सना करतं. हे... हे सगळं करायचं? मग घरी कामाला येणाऱ्या रखमात अन् तुझ्यात फरक काय? तिचं ठीक आहे. बिचारी अडाणी, अशिक्षित आहे, पण तू? असं पोथ्या वाचून आणि अंगठ्या घालून संकटापासून आडोशाला लपू बघायचं की येणाऱ्या प्रसंगाला तोंड देण्यासाठी मन खंबीर, कणखर बनवायचं? पण त्यानं जर संकट टळणार असेल तर काय हरकत आहे ट्राय करायला?' मनाचा लंबक 'टू बी'च्या दोन टोकांत हिंदोळत असतो.

माझा अगदी हॅम्लेट होतो आणि माझाच का? आपल्यापैकी प्रत्येकाला मनातल्या या हॅम्लेटचं अस्तित्व जाणवतं; अनुभवाला येतं. समीर खरंतर नोकरीत चांगला स्थिरस्थावर झालेला, पण एका परदेशी कंपनीत आणखी चांगली संधी त्याला खुणावत असते.

'घ्यावी का ही संधी? सोडावी ही नोकरी? संधी एकदाच तुमचं दार ठोठावते. तुम्ही तिला पाठमोरं झालात की तीही पाठ फिरवते. हो, पण तिकडे नाही जमलं तर? परत आल्यावर काय? धोबी का कुत्ता घर का ना घाटका.' मनातला हॅम्लेट हळूहळू झाडाला पछाडायला लागतो.

लग्नासाठी वधू-वर संशोधनात एखादं स्थळ खरंतर तसं बरं वाटतं. नाकारण्याचं ठोस कारणही नसतं, पण मनातल्या हॅम्लेटचा समंध चाळवतो.

'एवढी काय घाई? अजून बघू दहा-वीस स्थळं. कदाचित याहूनही सरस मिळेल.' म्हणून नकाराच्या निर्णयापर्यंत येताच 'हो, पण पुढं नाहीच आली चांगली स्थळं तर? हातचं सोडून पळत्याच्या मागं लागावं का? काय हरकत आहे? मिळेलसुद्धा याहून चांगला जोडीदार.'

शेवटी विजय कोणत्या मताचा होतो, हा भाग अलाहिदा! पण त्या निर्णायक क्षणी ते हॅम्लेटचं भूत गोंधळाच्या खाईत लोटतं, एवढं

मात्र खरं!

अत्यंत महत्त्वाच्या निर्णयाच्या वेळीच आपला हॅम्लेट होतो असं नाही, तर कुणी उसने म्हणून पैसे मागितले तर द्यावे की नाही? मुलांना वाढवताना शिस्तीचा बडगा दाखवावा की आपल्या जीवाला कळा लागेपर्यंत त्यांच्या कलाकलानं घ्यावं? सत्याची कास धरून शत्रुत्व ओढवून घ्यावं की गुडीगुडी म्हणत निभावून न्यावं? आयुष्यभराची कमाई तीन-साडेतीन टक्के दरानं राष्ट्रीय बँकेत ठेवून सुखानं (!) अर्धपोटी राहावं? की घसघशीत व्याज देणाऱ्या, पण कोणत्याही क्षणी व्याजासह मुद्दलही बुडवणाऱ्या गुंतवणूक योजनांत गुंतवावी?

पावलोपावली हे शेक्सपिअरच्या हॅम्लेटचं भूत मनामनात धिंगाणा घालत असताना आपल्याला जाणवतं की, मनामनातलं हे भूत शेक्सपिअरच्या प्रतिभादृष्टीला दिसलं, तेच त्यानं हॅम्लेटच्या रूपात साकारलं.

◆

शिदोरी

गावाला जाण्याची सगळी तयारी, बांधाबांध झाली होती. प्रवास दूरचा, बरेच दिवसांचा होता.

निरोप द्यायला आलेल्या आजींनी सर्वत्र नजर फिरवत विचारलं, "कमे, तयारी जय्यत दिसतेय झालेली! पण काय गं, भूकलाडू, तहानलाडू दिलेस ना बरोबर?"

त्या शब्दाने गोंधळलेल्या सलीलने, "ही काय भानगड?" असं विचारताच, "अरे, प्रवासातली शिदोरी रे!" आजीनं स्पष्टीकरण केलं.

"ह्यॅऽऽ घरनं लाडूबिडू कशाला? पॅंट्रीकारमध्ये मिळतं सगळं गरमागरम आणि विमानात तर खाद्यपदार्थांचा रतीबच घालतात."

"ते खरं रे बाबा! पण त्याला का आईच्या मायेच्या हाताची सर असणार? शेवटी काही झालं तर ते म्हणजे मोले घातले रडाया."

आजीच्या वक्तव्यावर खांदे उडवत पटलं न पटल्यासारखा सलील सटकला. पण मी मात्र शिदोरीच्या पुरचुंडीची एक-एक गाठ सोडवत बसले.

शेतावर कामाला जाताना संगं शिदोरी घेऊन जाणारा शेतकरी काय किंवा कारखान्यात कामाला जाताना डबा घेऊन जाणारा कामगार! ही शिदोरी केवळ उदरभरणाची सोय नसते, तर प्रेमाच्या माणसाच्या हाताच्या स्पर्शाची, भावनेची ती शिदोरी पोटाच्या भुकेबरोबर आपल्या माणसाच्या मनालाही शांत करणारी असते. कुणीतरी लवकर उठून, कष्टून आपल्या माणसासाठी काहीतरी केलेलं असतं! करणाऱ्या आणि करवून घेणाऱ्यातल्या जिव्हाळ्याचा सेतू असते ती शिदोरी!

दूर असलेल्याला शरीरानं, मनानं बांधून ठेवण्याचं सामर्थ्य असलेली. देव आणि भक्तातलं नातं अखंड राहावं म्हणून तर गौरी-गणपतीला निरोप देताना विसर्जनाच्या वेळी दहीभाताची शिदोरी भक्तिभावाने बरोबर देऊन आपण निरोप देतो.

गुराख्यांच्या शिदोरीचा गोपाळकृष्णाच्या सहवासात गोपाळकाला व्हायचा! गवळ्यांच्या पोरांसंगे उच्छिष्ट खाताना प्रत्यक्ष कृष्णाला आणि त्याच्या सवंगड्यांनाही ब्रह्मानंद व्हायचा, असं महत्त्व त्या शिदोरीला!

'बाळ जाया निघे दूरदेशी माय शिदोरी संगे देशी.' अशी काहीशा आजीच्या ओव्याची आठवण मनात चाळवली अन् मनात आलं, 'खरंच, दूरदेशी जाणारं असो की जवळ राहणारं, मुलांना आई आपल्या प्रेमाची, संस्कारांची, अनुभवाची शिदोरी देत असते. आमच्या आईवडील, आजी-आजोबांनीही ती आम्हाला दिलीये. बालपणी घरातल्या कुठल्याही चिंता-उणिवांची झळ लागू न देता निरागस बालपणाचा आनंद लुटला, त्याच शिदोरीनं पुढचे आयुष्यातले खाचखळगे पार करण्याचं बळ दिलं.

'घासातला घास घरातल्या गडीमाणसाच्याही मुखी पडावा. आपल्याच पोटात काय त्याचं सोनं होणार आहे? याच संस्काराच्या शिदोरीतलं संचित अगदी अंजीर-काजू बर्फीचा तुकडा कामवालीच्या हातावर ठेवायला भाग पाडतं. 'काम करावं गड्यासारखं, जेवावं मालकासारखं.' हा संस्कार कोणत्याच कामाची लाज वाटू देत नाही.

'माणसांची पारख करताना जीवनातल्या त्यांच्या भल्याबुऱ्या अनुभवाची जी शिदोरी आईनं स्वाधीन केली त्यामुळे आमचा जीवनाचा प्रवास नक्कीच सुखाचा झाला.'

आजवर वाचनात आलेल्या ग्रंथांतून मिळालेली विचारांची शिदोरी, 'कापलं तरी आपलं', 'स्वत: मेल्याशिवाय स्वर्ग दिसत नाही', 'करावे तसे भरावे', 'लोक घोड्यावर बसू देत नाहीत पायी चालू देत नाहीत', 'भित्यापाठी ब्रह्मराक्षस', 'मा फलेषु कदाचन', 'नाही निर्मळ मन काय करील साबण', 'मना नीच बोलणे सदा सोशित जावे' यांसारख्या अनुभवातून सिद्ध झालेले वाक्प्रचार, म्हणी, संतवचनं, सुविचार, सुभाषितं हीही जीवन सुखी, तृप्त करणारी शिदोरीच की!

शाळा महाविद्यालयातल्या गुरूजनांनी दिलेली विद्येची शिदोरी आणि सहवासात आलेल्या साध्या सोबत्यांच्या संगतीतल्या अनुभवांची,

मार्गदर्शनाची शिदोरी. जीवनात ही शिदोरी संगतीला असते. म्हणूनच तर जीवनाचा प्रवास तृप्तीच्या, समाधानाच्या वाटेवरून सुसह्य होतो!

हो, पण ही शिदोरी तशीच नव्हे, तर त्यात आपल्या अनुभवाची भर घालून जीवनाच्या प्रवासातल्या नव्या वाटसरूंच्या हाती सोपवायला हवी. शिदोरीच्या या संचिताचा प्रवास असाच अखंड, अव्याहत चालू राहायला हवा.

◆